BUỒN TÔI THÁNG TƯ

NGUYỄN THỊ THANH BÌNH

PHỤ LỤC ANH NGỮ & THƠ TRÌNH DIỄN VỚI 16 BẠN

NHÂN ẢNH
2026

BUỒN TỐI THÁNG TƯ
Nguyễn Thị Thanh Bình

Bìa: Uyên Nguyên Trần Triết
Tranh bìa: Hoạ sĩ Nguyễn Trọng Khôi
Dàn trang: Bảo Thạch
Nhân Ảnh xuất bản 2026
ISBN: 979-8-2956-3462-8

PHẦN 1

THƠ
NGUYỄN THỊ THANH BÌNH

50 NĂM NỢ NẦN CHI NỮA

50 năm trăng ấy đã già
Trăng non đã khuyết một màu trăng
Nhớ chi hoài mảnh trăng đầu núi
Mà nghe xa vắng tận hồn trăng

50 năm đường về cố quận
Ai biết kẻ đổi họ thay tên
Biết chăng chuông chùa làm ai khóc
Ngày đi ngỡ mây trắng quên về

50 năm viễn ly về cố xứ
Hơn nửa đời lầm lạc nhớ thương nhau
Người quê nhà tàn canh thắp đuốc nhớ
Chờ nhau chi nơi cuối vịnh đầu non

50 năm nước chảy mà chẳng mòn
Quanh quẩn nghe sầu mấy giọt rưng rưng
Tìm nhau hoài soi dấu xưa đã mỏi
Lục lọi đây từng giọt vắng hư hao

50 năm xin cuộc đổi đời
Cho niềm tin thôi đừng khánh kiệt
Nước có trôi nhưng tình đứng lại
Để ngày về yêu mãi được ai.

HẸN BIỂN THANH BÌNH, THUẬN AN HAY NHA TRANG?

Trở lại đó giữa mùa thương đã cũ
Tháng mười hai lạc loài chim di trú
Lòng biển vắng tự hồn mình ủ rũ
Con sóng xưa không vỗ nổi âm thừa

Ngày chợt lạnh ôi hương mùa gió nhớ
Chút thinh không nhắc nhở tháng năm tàn
Em cứ gọi dù mùa xanh đã lỡ
Gió nơi nào chắc cũng lạnh như nhau

Trở lại nhé cho bàn tay nương náu
Thiêu huỷ mình cho tận tuyệt môi ai
Đời sóng dữ thổi thuyền tình xa ngái
Trôi về đâu níu được mộng cơ cầu

Biển vẫn thế dập xoá gì chẳng rõ
Anh rồi ra cũng xoá dập cho tan
Em trở lại hiện nguyên hình tuổi nhỏ
Những bài thơ trên cát lạnh hoang mang

Cuộc đời vốn những roi bầm chí tử
Những chấn thương đau mãi tự xuân hồng
Làm sao biết biển không sầu tư lự
Sóng nước buồn đợi chỉ một loài rong…

TỎ TÌNH NOEL

Noel này xin gọi chú bằng anh
Ngày trở gió lay lay tình mong manh
Tuổi tác chi rồi ai cũng già nhanh
Thì cứ tới thời gian tuột không phanh

Giáng Sinh về sao cấm đèn đuốc vui
Cho em và người đám cừu lầm lũi
Dưới chân Chúa mà đồng loại ngậm ngùi
Giáo đường lạnh vùi tóc quen một mùi

Nghe người bảo đời đời nẻo sầu vạn lý
Em đi mãi hết khóc rồi lại cười
Giọt lệ hôm trước lóng lánh sao rơi
Hôm sau nước mắt lau khô lệ rồi

Đời vẫn thế đời muôn vạn lý sầu
Người đùa gọi tên em Lý Mạc Sầu
Tay kiếm nữ mắt nâu hận mưa ngâu
Đi một đường mưa dứt vỡ tình quân

Nếu mai kia Ngươi chê em nhỏ dại
Rồi vèo bay kiếp gió không nhà
Em cùng ngựa trắng tung bờm kiếm sắc
Người làm anh hùng độ thế cùng ai…

VẪN CÒN ĐÓ, NỖI BUỒN

Nỗi buồn còn ám tôi không
Ám tôi chi nữa lòng vòng tím đau
Thế hệ nào được quên mau
Thắng hay thua cũng sặc màu máu xương

50 năm thay tên phố phường
Cây bàng trước ngõ cũng dường già thêm
Nỗi buồn cứ trẻ bên thềm
Buồn tôi không biết tuôn niềm đi đâu

Tình tang trời đổ mưa ngâu
Văn thơ vẫn phải tủi sầu mai sau
Vết thương ngày cũ còn sâu
Trầm luân ai cấm gõ đau ngón này

Viết đi, đừng ngại chê bai
Tôi không chép sử trời đày nước Nam
Tiếng lòng tôi tiếng kêu thầm
Ăn năn tình vỡ nhạc trầm mưa bay

Hoá giải chăng nỗi buồn này
Phận tôi nhược tiểu từng ngày chiến chinh
Nửa vui khúc hát hoà bình
Nửa dân buồn ngát tận tình đáy tim…

CÀNG SAY CÀNG NHỚ

Cứ ngỡ đàn bà không rượu đắng
Rót thêm ly nữa cho mắt cay
Tưởng say là quên trăng đi vắng
Nào ngờ ngây ngất cùng trăng say

Cứ tưởng say rồi không biết nhớ
Uống vào quên được bóng hình xưa
Chẳng hay hiện về trăm nỗi nhớ
Một người sao hoá nghìn thịt da

Ly nghiêng bóng đổ buồn thêm rộng
Chợt hiểu ta đã sẩy mất nhau
Không ai chuốc rượu mềm môi ấm
Mà sao men ấy vẫn say nồng

Đêm nay rượu đắng như lòng vậy
Mấy thuở quê cũ biết mấy đau
Đâu ai tri kỷ mời ta uống
Một mình ta đối ẩm ly buồn

Say rồi mới thấy mình cũng tội
Đời chỉ mình ta thương ta thôi
Bờ đá câm sóng tình vẫn vỗ
Xô mãi chi nghìn năm ngây ngô…

XIN LỖI MẸ

(như một nén hương tưởng niệm 39 "thùng nhân" ở Anh Quốc 11/2019. Xin- lỗi- Mẹ là lời trăn trối của nạn nhân P.T. Trà My)

Xin lỗi Mẹ gào giã biệt ngàn lần
39 phận đời chết phân vân
Hết thuyền nhân, bộ nhân, chuyên cơ nhân
Lịch sử di dân thêm những thùng nhân

Xin lỗi Mẹ nào biết kiếp trà mi
Con thân gái dặm trường giấc mơ đời
Thuý Kiều thời đại làm người rơm thôi
Phải trốn trong thùng, còn tưởng chốn thiên đường

Xin lỗi Mẹ đi chui không đến chốn
Quê thì xa càng xa tới muôn trùng
Thế giới mủi lòng mẹ có biết không
Bởi vì Việt Nam con giấu trong lòng

Xin lỗi Mẹ con đời mây viễn xứ
Trong quan tài buồn, buồn mãi nghìn thu
Hộ chiếu Việt đành tan rách bụi mờ
Bởi vì Mẹ ơi mộng ước con không thành…

NẮNG MUỘN

Mai này nếu đã qua đời
sao còn nhắn lại
mấy lời yêu nhau
biển xưa
dù có nát nhàu
dội chi sóng dữ cho màu áo phai
nắng về
thương dấu chân ai
sầu lung lay bóng
chỉ vài gió bay
tơ vàng
tỏ giọt cay cay
chiều hây hây chảy
theo ngày đổ xiêu
một mai phố vắng phong rêu
nói chi cũng muộn
tiếng kêu
não người
thôi thì dẫu lạnh
môi cười
nhìn mưa nhớ nắng
nhớ người
sang sông
người đi mang trái tim không
còn trông quê cũ
ròng ròng
hư hao…

LỜI NGUYỆN VỚI SAO BĂNG

(Gởi hương linh Travis của Diễm)

Con đi thật sao mưa bỗng đổ nhào
Mẹ lặng người ôm tim mình máu trào
Chiếc áo con quên treo trên giá móc
Vẫn còn nghe chừng hơi ấm thương quen

Sao con đi mà không nói năng chi
Mẹ nào biết nào kịp giữ chân con
Tuổi 24 thanh xuân tràn nhịp thở
Sao nỡ buông nốt nhạc trầm dang dở

Sao buông mình như lá mộng rụng bay
Mẹ buồn giận không đọc sâu mắt con
Chôn giấu chi màu u tối loay hoay
Số phận nghiệt ngã bắt mẹ trắng tay

Mất con rồi là tay trắng niềm vui
Giờ thì còn đâu tiếng gọi mẹ ơi
Ôi nhớ quá lúc nhỏ con hờn tủi
Mẹ ôm siết dỗ dành từng tiếng khóc

Con đi rồi khoảng trống nào lấp nổi
Tia sáng sau cùng cho vòm trời khuyết
Bao giờ sao băng để mẹ khấn nguyện
Đổi cả đời mẹ ôm con chiêm bao…

MẸ ƠI MẸ

(Kính gởi hương linh một bà mẹ VN
trong lá thư tuyệt mệnh năm 2025)

Người mẹ Việt Nam sao quá thảm sầu
Mẹ trầm mình tim con cũng ngừng thở
Đêm bến sông trời cúi mặt lặng lờ
Đôi dép để lại chân mẹ trôi về đâu

Còn lại đây như vọng tiếng kinh cầu
Lòng ăn năn đã không gánh nổi mẹ
Đời đa đoan quá định mệnh cúi đầu
Biền biệt nẻo khuất thiên đường ở đâu

Địa ngục là đây, ngày con mất mẹ
Đau tột cùng mẹ chọn lối ra riêng
Thư tuyệt mệnh run run lời chạm khẽ
Chữ cuối cùng mẹ cố giấu ưu phiền

Bao năm mẹ gánh cuộc đời đá tảng
Người đời hỏi: Sao con im như đất
Con đã để vết chân mẹ khô cằn
Không tiền chữa bệnh, nằm đếm nỗi đau

Con chỉ biết lặng thầm xin lỗi mẹ
Chắc mẹ lạnh lắm khi gục ngã giữa dòng trôi rã mục
Không hiểu sao quê mình giờ quá nhiều ngã gục
Ai cũng chừng như muốn về nơi không còn nước mắt

Ở đó chắc bầu trời cũng biết thương đám mây mồ côi
Thương người khốn đốn kiếp sống đơn côi
Thương người đêm dài không ngủ
chờ đợi bình minh không bao giờ tới
Nhưng ở đó là đâu mẹ hỡi
Khi con vẫn nghe từng chuyến xe đời
mỏi mệt
lăn qua... lăn qua... hồn con tả tơi
Và chân mẹ đã bước quá xa trong cuộc đời...

KHỐI TÌNH TUYỆT VỌNG

(cảm tác từ mối tình của một chú rể bạc phước coi trên mạng)

Ngày hôn lễ sao anh một mình đứng giữa cầu
Trầm mình xuống, tay nắm chi hình bóng em
Dòng sông vô tình cuốn lấy
thân anh
Bỏ lại nơi đây một trái tim si tình
Đâu đã kịp gói ghém lời
giã biệt

Anh đi thật rồi, như kẻ thích chơi trò tàng hình
cùng mặt nước
Em nào trách đời vô tâm không nhảy cứu anh
cho bằng được
Như hôm rồi có mấy chàng trai được người dũng cảm
cứu từ sóng biển
Anh thoắt vội chuyến tàu suốt thiên thu
không vé khứ hồi
Người đời bảo rằng chẳng qua em là kẻ vong tình
phản bội
Em đã biến bộ đồ veste chú rể & chiếc voan trắng cô dâu
thành áo tang tội lỗi
Em còn ở lại đây làm gì nhoà trong hơi thở cuối

Ly rượu sóng sánh đổ nghiêng
Giọt cuối cùng đã tràn ra
Nếu cuộc đời này anh biến mất không còn điểm tựa
Em sẽ ra sao anh cũng đâu cần biết đến
Anh buồn phiền anh tuyệt vọng và rồi anh tan biến đi
Liệu có gặp lại, nếu em cũng thôi đành làm con ma- rà
dưới đáy sông lạnh

Anh đi thật rồi, thi thể anh đã lạnh thấu thịt da
người ở lại
Những vết xâm của ký ức
Vẫn còn rướm máu theo từng nhịp thở ngắt khoảng
trong em
Anh không còn nữa, xin đừng ai mang hoa đặt
dưới chân cầu
Hãy để gió từ bờ sông kỷ niệm mang anh đi
Như hơi thở cuối cùng
Của một tình yêu cuối cùng
Về người đàn ông lỡ chuyến
Đã yêu người đàn bà suốt kiếp long đong…

GIỮ LỬA

Đốt cháy lòng nhau tháng 9 này
Nepal trỗi dậy, thế hệ z bừng say
VN tuổi trẻ vẫn âm ỉ cháy(?)
Kỳ hạn lâu rồi, mây trắng bay…

Ôi quê hương
Lưu đày!

BÀI CA CHO THẾ HỆ ALPHA

(Cho Leo, Liana, Lily & Lyla)

Này con này cháu mùa tựu trường đã tới
Bừng mắt nghe chim hót đầu ngày
Hồn trong trắng tựa tờ vở mới
Gạch thẳng như đường trí tuệ ngay

Chân sáo nhé lên xe trường đón đợi
Lá nghiêng vai thu sớm tỏ bày
Đừng gượng níu tay mẹ hãy nhanh nhẩu chào "bye"
Mầm xanh con sẽ gọi nắng lên đầy

Cứ tự tin như chú sóc nâu
Chạy tung tăng kiếm từng hạt giẻ
Đừng lo sợ nỗi niềm đâu đâu
Sẽ bất ngờ thoáng giọt thơ ngây

Bởi chính con thắp sáng nguồn cây
Chúng con cũng đã được tượng hình từ màn hình xanh
& xanh
Trong bụng mẹ
Giữa thoăn thoắt gõ phím
Âm thanh máy móc
Ngày của con không còn bắt đầu với thầy cô
Phấn trắng bảng đen
Mà phải nhận lệnh từ một khuôn mặt
Ảo

Từ đây con sẽ được / bị trùm vây với mạng lưới
thông minh
Những dòng code những thầy cô biến thành
Cỗ máy
Cha mẹ của con mới đó cũng thành người cổ lỗ sĩ
Huống gì thế hệ viết thư tình bằng mực tím
như ông như bà
Hay có khi nói chuyện bằng điện thoại bàn
Hoặc thậm chí chào thua thế giới mạng…

Thôi thì con cũng cứ mạnh dạn trước những ngã ba
Thời đại
Vẫn cứ tin yêu vào những ánh mắt chân thành
Và nhịp đập của một trái tim thiết tha
Có dệt ngày mai & tương lai bằng pixel , thuật toán hay
dữ liệu… thì cuối cùng Con Người vẫn là chân lý.
Con lớn lên muốn làm khoa học gia để tìm cách
thám thính cả sao Hoả
Hay tra hỏi về thế giới của những E.T ngoài hành tinh…
Thì cũng xin cho con mỗi ngày mỗi soi thấu
Tấm gương soi kỳ diệu & cũng chỉ nên xem như
tấm gương soi

Kỳ diệu của
Trí tuệ nhân tạo

Dù sao thế hệ già nua ông bà cũng đang tự hỏi đó Liana!
Sao ở bên quê xa cả nửa vòng trái đất
Cứ mỗi mùa tựu trường
Nghe tiếng trống đánh từ bàn tay của mấy ngài chóp bu
"cách mệnh vĩ đại"
Là trái tim của học trò phụ huynh đều phải thi nhau
đập thình thịch
Không phải để báo hiệu một ngày mới một năm mới sao ta
Giữa những điều đã cũ đã quá khứ để lỗi thời
Mất máu
(Ờ mà sao không thay máu đi
Thời đại thay tim còn dễ như mơ cơ mà)

XIN MỘT NGÀY THÁNG TƯ

-04-

Hãy cho em một ngày một ngày trong tháng tư đầu mình
và tứ chi chạy tán loạn tuỳ nghi chạy tan hàng mệt nghỉ
chạy phân thây tung toé vạn nẻo đường Việt Nam đầu
ở chỗ muốn quên mà vẫn nhớ mình ở chỗ muốn nhớ
nhưng bỗng quên tứ chi ở chỗ nửa nhớ nửa quên quên
quên nhớ nhớ hoa anh đào ở thủ đô Mỹ vẫn nở đất mở
trời cao có không chuyện lận đận lao đao bầu cua cá cọp
một ván ngọt ngào quê hương ta đó sao nhắc chi lòng
vẫn vằng vặc trăng sao

Hãy cho em
một ngày
một ngày trong tháng tư
một ngày không còn biết nhớ nhung
lừ đừ
một ngày tuyệt nhiên không buồn thanh trừng
ký ức
một ngày còn biết tưởng tiếc chi biển đảo
tái hồi Kim Trọng
một ngày thôi đừng như bao ngày
của tuyệt vọng
đất rừng câm nín
lặng thinh
nhường bước
một ngày không lẽ mọi sự phải đến hồi
dấy động

nổ tung
mớ thần kinh
chực chờ nổi loạn
ơi, mọi sự chẳng phải cũng đã đến giờ giải mã diệt oan?
những ẩn số... bài toán
định mệnh / không cưu mang
và rồi cũng sẽ chẳng đi tới đâu
trong những vây hãm
chờ bắt hoài một tín hiệu
tháng tư, ngày mai
chúng ta làm gì còn nhiều tháng tư nữa mà nhắc
mà rẻ rúng đời nhau
mà ỉ ôi
từng chút từ tâm
lương tri của những con muỗi
từ chối hút máu những con muỗi
em cũng xin từ chối
một điệp khúc
không cứ gì phải lập đi lập lại cho vừa lòng
một man trá / hư nguỵ
à, mà làm gì có một sự thật như thế
một sự thật hơn tất cả mọi sự thật
là một cánh đồng
cò bay thẳng cánh
một cánh đồng
bò gặm cỏ xanh
một cánh đồng
được phơi mở
không ai có thể chơi trò cút bắt trốn tìm
để giấu mãi màu xanh

dưới những tàn cây
đôi khi em chỉ muốn nói cùng mây
mọi sự dường như cũng đã... quá xa
xa quá mênh mông
như con phố rêu phong
rút ruột chân mây
khúc lòng
lẩy bẩy

-30-

Thật ra / em chỉ xin một ngày / một ngày của tháng tư / một ngày duy nhất / cho em không phải ê răng / nhai mãi xâu khế chua / ("quê hương là chùm khế ngọt" của thi sĩ / nhạc sĩ đâu rồi) / một ngày / cho em trở thành người lú lẫn / quên bẵng / đất nước / mình

một ngày em đúng là / đứa con hoang đàng (không như trong thánh kinh / bởi chưng sự trở về của em / đâu thể gọi là niềm thống hối / tháng tư tội lỗi cũng không có Thượng Đế tham dự cuộc hành xử) / vô tổ quốc / vô giống nòi / vô thừa nhận / vô tôn giáo (bát nhã ba la mật đa / lỗi tại tôi! lỗi tại tôi mọi đàng! /mea culpa! mea culpa!) / vô tâm / vô cảm / và như thế có phải em là con phản động / đon đả kiếp ngựa hồng / chỉ biết rao bán / từng nỗi / điếm nhục / cơ hàn / dù sao em cũng tự biết mình / đang ở trong thời kỳ /quá độ / lâm li / phất lên chủ nghĩa độc thân / độc tôn độc địa độc cô cầu bại (mà không bao giờ độc vấn) / không chồng không con không xã hội không dân tộc / vậy thì nghĩa lý gì / bắt em phải lắng nghe / hội nghị này dự thảo văn kiện kia / kiên định cương lĩnh nọ /nghị quyết hay (ho) vo tròn, tròn vo / sáng chói như một đường gươm / gườm gườm tay thổ phỉ / thích chơi luật rừng, đếch xài rừng luật / phanh thây / dựng mồ tập thể / ơi, những kẻ tử tù mang tội giống nòi / bằm nát tấm hình hài chữ S thân yêu / những hoài mơ dự phóng chết yểu

hỡi anh yêu / giờ em chỉ muốn ngắm nhìn sự luân chuyển tuần hoàn của những bánh xe / ngó quẩn quanh thiên hạ dân giàu nước mạnh / mà mơ / một ngày chưa hề có thực / nhưng... những bánh xe thì tưởng như có thực / phải thế chứ, xe rồi cũng lăn / lăn qua hồn em, tháng tư / lăn qua những bờ đời, mấp mé / niềm hấp hối chờ trông

anh biết không / cho em một ngày tự nhủ lòng: đừng khóc / đâu ai có thể sống mà tàn độc mãi!

liệu em phải chờ bao lâu nữa: những xâu chuỗi giọt lệ của hạnh phúc / giọt nước mắt của những vết thương biết đi / khựng lại / niềm tin sẽ được cầm máu / mọi linh hồn được cầu siêu, yên nghỉ thiên đường.

-2010-
Thôi anh / hãy cho em một ngày / một ngày cuối tháng tư / một ngày không giống như mọi ngày / một ngày / trăm điều đã không thể / nhưng chẳng lẽ / mãi mãi cứ phải có một ngày như thế / em chỉ ước ao một ngày / mọi điều đều có thể / như anh và em đã sum vầy quây quần / thì ra em chỉ muốn một lần / được nhìn lại khuôn mặt nhau / cho rõ / nhìn lại sự thật chưa nguôi nào đó / sau 35 năm / mà em biết câu chuyện dở dang ấy / cũng không khác chi chuyện người viết sử / chẳng bao giờ dành ưu thế / cho những người bại cuộc.

không dưng em bỗng nghĩ: những người Việt nào biết nhớ chi nhau / chỉ còn thương giờ phút... tưởng quê hương.

30/04/75 BỎ LẠI QUÊ HƯƠNG

Tháng Tư buồn miết bốn mươi năm
Bốn mươi năm chưa về cố quận
Buốn tháng Tư chỗ cũ đâu rồi
Xích xiềng nào vận nước nổi trôi

Núi sông này biết thấu nguồn cơn
Bốn mươi năm âm thầm phố lạ
Sầu tháng Tư mất cả môi cười
Triệu người buồn triệu triệu chẳng vui

Tháng Tư của chúng ta mồ côi cội nguồn quê mẹ
Chúng ta của tháng Tư bồng bế nhau Vong Quốc Hận
Xứ sở ta ơi sao buồn giống một ga hoang
buổi chiều tỉnh lẻ
Ở lại nhà cũng lưu vong trên chính đất quê cha của ta

Nói chưa đầy mấy câu từ ly đất đai quê mình
Khóc chưa thấm bến sông đầy ắp con đò kỷ niệm
Đã nghẹn lời cùng điềm báo bài thương ca từ đây
mong ngóng
Lịch sử đã nằm đúng trên đầu một thế hệ lưu vong

Tháng Tư chúng ta muốn biết bao giờ mặt trời
mọc phương Đông
Bao giờ tuổi trẻ thôi buồn như tiếng chửi thề hoang mang
Còn gì không, tiếng thét đòi tự do chân dung phản động
Tháng Tư này xin mặt trời tái sinh một vầng Việt Nam!

30/4, THÔI CHO EM KHẤT MỘT LỜI MỪNG SINH NHẬT

Tháng 4 ngày 30, trời hôm ấy khi mẹ anh chuyển bụng
Bầu trời làm gì xé nát cả không trung
Thiết giáp xe tăng tiếng bom gầm cũng đã lùi xa cố quận
Đà Nẵng, buổi chiều nơi có ngày sinh ghi dấu của Hoàng
Nghe nói vẫn thanh bình như nhiều buổi chiều bảng lảng
Chiều đầu dạ phải bên ngoài
Và khi bên trong có mẹ cha nhìn ngắm sự cựa mình
của sự sống

Kể cũng chẳng lạ khi mẹ phải đẻ ngược đứa con trai
đầu lòng
Mở mắt, bật khóc bần bật vào một ngày cuối tháng 4
như thế
Tiếng khóc oa oa lẽ nào cũng chỉ đánh thức đâu đó
vùng không gian câm nín, cứng ngắt
Dường như em cũng đã khóc oa oa hay khóc òa
Như một lời kháng cự phải có mặt hôm nào
trong cuộc đời
Mệt nhoài đánh hơi…
Trần gian

Anh khóc… lẽ nào khi anh khóc chẳng qua vì…
Không ai trong chúng ta có quyền chọn lựa nơi mình
sinh ra

Ôi Việt Nam một đất nước nhiều thống khổ bất hạnh

Ồ hay, sao không là nước Mỹ nơi có biểu tượng của
Nữ Thần Tự Do
Hoặc một nơi nào khác trên trái đất bao la?

Ồ mà không, Đà Nẵng là nơi anh không thể đoạn lìa
cuống rún
Nơi bãi biển mang tên gọi Thanh Bình vẫn giữ giùm anh
những điều chưa nói
Nơi những chú còng của tuổi thơ anh đã không hề bị
mùa hè yên ả ruọt bắt long đong
Nơi anh biết rằng khi mình ra đi là không thể nào
quên được

Ở nhỉ 30 tháng 4 sao lại là ngày sinh nhật của anh?
Mừng anh thôi tắt những ngọn nến hồng hôm nay coi
chừng tội tình những đồng bào vắn số
Cũng đã có quá nhiều tên gọi và kêu gọi khẩn thiết
cho hôm nay
Em làm sao yên người để không khỏi nén tiếng thở dài

Thôi thì cho em khất một lời mừng sinh nhật
Quà tặng "đại thắng mùa xuân" năm nay cho nước mình
Anh không thấy họ đã gói cả cá chết, biển chết…
Và đâu còn bao lâu nữa sẽ đến phiên dân chết
Nên xin đừng nhắc với em về một ngày nghỉ lễ, những
diễu binh, cờ phướn, pháo bông…
Của những con bò tót đỏ chết tiệt

30/4 này nhân danh những tù nhân lương tâm Việt Nam
Chúng ta cần giải phóng những chấn song

"Phá ngục Bastille" ơi những lương tri lặn đang bị
chế độ này cầm tù giam lỏng
Sao lại không?
Xin lỗi anh, em thật tình không còn muốn thấy
Ngày 30/4 tồn tại
Và tồn tại như thế này, sau 42 năm quằn quại?

Hỏi anh, người đàn ông lưu lạc hốt dung sinh cùng ngày
Quốc Tang, Quốc Nhục, Quốc Hận…
Anh muốn gì một Ngày 30/4 ở thì tương lai?
Liệu em có cần đặt lại tên gọi Ngày 30/4 cho lòng người
hòa hợp và thôi ly khai?
Bằng bó thế nào đây để chúng ta còn sẵn sàng
chia tay nhau năm?

Anh dấu yêu,
Bài thơ này em viết cho ai mà dường như
chỉ mình anh hiểu
Nên đâu cần cầu chúc cho ngày sinh của một người
không còn trẻ nữa
Mà em biết tình yêu vẫn ấm áp đến trăm năm!

NGƯỜI MẸ QUÊ VÀ NÉN NHANG AI THẮP VỘI GIÙM

Mẹ ngã xuống như nắm đất bên đường
Rồi nằm đó tự bao giờ không nhớ
Từ nắng sớm mưa chiều cùng bụi đường bơ vơ
Làm sao về chuẩn bị đi lễ đêm

Gồng gánh ve chai để lại cho ai
Mẹ chết bên lề chẳng ai buồn gọi
Bao lâu rồi mới có một tấm lòng
Đắp cho chiếc chiếu trả về hư không

Bàn tay ấy đã cấy từng lúa mạ
Từng vá áo cơm bầy con đói lã
Từng ôm cơn mộng đuợc sống hoà bình giang hà
Rồi chợt nuôi hy vọng vượt biên đổi nhà

Giờ khép lại dưới nền đất rất lạnh
Nhờ ơn ai không chết vì bụng đói
Cũng may thay chưa bệnh nặng nhà thương
Sá gì nắng mưa rủ gió lên đường

Lên đường rồi chỉ con gió cô hồn hỏi
"Bà đi nổi không, sao chân chậm thế?"
Ở đây ai cũng quen nói chuyện tương lai
Nên quên hỏi mẹ chân có nổi dặm dài

Phố tưởng sáng lại quên con đường làng
Nơi những mẹ cha xã hội rẫy ruồng
Nhà nước nhà nhà vờn qua mẹ như đi qua loài đá cuội
buồn
Chẳng có gì nguy cơ nguy hiểm lo tuôn
Và chẳng đáng bận lòng chi cho mệt
Một hòn đá cũ kỹ thì hơi vướng mắt chút thôi
Và rồi thôi thế thôi có phải.

Sáng hôm đó mặt trời vẫn choàng con mắt bão đỏ sớm
mai
Báo hiệu một ngày trái đất nung lửa từng tin nóng giựt
gân giựt tai
Chỉ có mẹ khi không bỗng nằm chết bên đường
Như thể nằm vạ đòi ai
Mẹ ơi mẹ quê mình nghèo nên mẹ đành làm nhân chứng
tê dại
Lặng thầm
Cho một thời đại của loài vượn hú
Biết sống dai sống dài hơn tuổi thọ con người…

NỖI NIỀM NGƯỜI MẸ VÔ TRÚ

Vậy đó người trẻ tuổi trở về trong quan tài sắt
Mắt đã khép lại những mơ mộng hoài bão tuổi trẻ
Ôi buồn quá cái chết nào cũng quá buồn khi đâu còn
tiếng gọi mẹ

Vâng, rồi thì con cũng đã trả nợ xong đất nước
cưu mang mình
Tôi cũng đã quá hãnh diện cống hiến xác thân con
Kìa Người không thấy sao
Nên xin đừng hỏi: Sao tôi không khóc trong ngày tang lễ

Có thể tôi chỉ còn một nụ cười như mếu
Nụ cười chừng như hôm nào đã tỵ nạn cùng với
người đàn bà mất con
Trong một đất nước vốn được tụng ca thừa nhân tính &
thừa mứa mọi điều
Dĩ nhiên cả bà và ông và mẹ và cha cũng đã không chết
ở đâu đó trên biển
Bà của con cũng vừa nằm xuống cách cái chết của con
ba ngày
Thay vì phải chết hồi trẻ không một nấm mồ làm mồi
cho cá mập

Nghe ông bà kể họ đã đi không kịp mang theo
bất cứ thứ gì
Nhưng chắc hẳn không thể không giấu theo cội
theo nguồn trong tim
(Người Việt Nam nào mấy đời trên thế giới vẫn vậy,
bà đinh ninh thế đấy)
Ngó dáo dác ngoài mặt thì ra họ chỉ mang được
vài nhánh tro kỷ niệm
Và hai tiếng tự do
Thứ mà họ biết đã mỏi mòn khản hơi trong cuống họng
Từ bao nhiêu năm qua

Thế hệ con cháu nào ngờ cũng xây giấc mơ đi chiến trận
nơi xứ người
Trong khi ông bà cha mẹ chỉ vừa xin được quên đi giấc
ngủ có tiếng đạn réo bên tai
Và bờ môi vẫn thì thầm lời ru tiếng Việt thuở con mình
nằm nôi
Cũng như ông bà cha mẹ vẫn hơn một lần
Thèm được thấy lại cơn mưa giông kỳ ảo trên phố xưa SG
Của phía bên này đường mưa ướt mà phía bên kia
nắng đẹp

Liệu có phải nơi nắng đẹp đã nằm ngoài kinh độ bản đồ
quê cha?

BUỒN TÔI THÁNG TƯ

1.
Rồi lại buồn tôi
Tháng Tư tôi buồn
Buồn hay vui ván-cờ-người lịch sử thắng thua
Đã đành bên thua cuộc
Buồn hơn bên thắng cuộc trăm lần
Làm sao để
Tháng Tư thôi đừng buồn vô tận
Hay vui quá lại nhảy múa loạn cuồng
Hãnh tiến luôn tuồng
Mặc đời oan khiên
Mặc đất nước có những tha phương không về nữa
Mỗi Tháng Tư lại bỗng rất dễ đổ buồn
Nỗi buồn bất tuyệt
Như vết thương vẫn luôn luôn
Chưa hề được chữa lành
Và cơn đau chỉ chực tái sinh

2.
Buồn tôi ơi bao giờ mới nguôi được
Đi hết đời
Nhớ sợi khói quê hương
Ngàn dặm dài chim bay mãi
Bốn phương
Nơi đâu quê nhà vẫn cứ tang thương

3.
Tháng Tư năm ấy chớp mắt mất rồi
Mình trượt nhau vì mỗi cái đèn đỏ không dám vượt
Chỉ những hồn ma uống máu đồng loại là không bay nổi
Đứng lặng xem từng vai diễn cứ thế lên ngôi

4.
Tháng Tư ơi đứt lòng như thế đó
Khâm liệm thôi trời đất buồn đủ rồi
Thanh gỗ cắm vội cho người tử tù cũng đã rã mục
Những vong hồn người chết
Cũng đâu còn hòa tấu khúc hùng ca
Xứ sở của những cánh rừng bị bứng cụt đầu
Chừng như đã bắt đầu mọc những rừng mơ
Thế hệ Z chào thua những ám ảnh dị mộng
Bắt đầu lại những dở dang
Nối tiếp một kỷ nguyên màu mỡ mùa màng
Ôi giấc mơ đẹp huy hoàng chưa tan
Phương Bắc phương Nam cười vui nắng mới
Hòa điệu hòa giải vang vang
Trên quê hương cuộc chiến mới thực sự đã tàn…

5.
Tháng Tư ơi, sao vẫn tiếc buồn rơi đầy trí nhớ
Người có vui cũng đừng ước Tháng Tư 75 là như vậy đó.

NHỚ TRỜI XƯA SÀI GÒN

Gió ở phương này nhớ phương kia
Phương người có lạnh như phương ta
Sài Gòn đã xa là quê nhà
Nơi đây phương ấy xa quê cha

Gió ở rừng sâu nhớ biển xanh
Biển xanh với chiếc thuyền mong manh
Sài Gòn như đã chiếc thuyền mơ
Ra khơi mà chẳng thấy bến bờ

Nơi đây lữ thứ sầu vô hạn
Vắng Sài Gòn tìm đâu trăng sáng
Vòm trời đêm lạc màu trăng xanh
Nhớ thương ơi tay đời oan khiên

Ra khơi chẳng biết trôi về đâu
Mất Sài Gòn về đâu đêm thâu
Trong tay khuya lóng lánh mắt sầu
Ngựa xe chi quê người rầu rầu

Ngày thoáng nhanh vờn theo từng điệu nhớ
Dẫu rêu phong nhủ lòng không tuyệt vọng
Thương nhớ Sài Gòn tướng chết theo thành
Đại bàng gãy cánh Sài Gòn bơ vơ…

SỚM MAI CÓ CÒN AI

Sớm mai ôm ngực phải
Thấy Phật biến bay rồi
Buổi chiều ôm ngực trái
Chúa cũng bỏ ta rồi

Ta cùng bóng tối
Đối diện cuối đêm dài
Loài người sao kinh hãi
Ta không nhận ra ta

Phía trước vực sâu núi thẳm
Phía sau e chừng hư vô
Đàn bò buồn gặm cỏ dại
Cánh đồng gặp lũ âu lo

Quê ta thảm vô cùng
Quê ơi tôi khựng lại
Cơn mưa đá hành hung
Sao trời xanh chưa sập

Chỉ nghe tiếng hú dài
Tôi thở tim ngắt nhịp
Hằn lên những vết dao
Tim ơi

Sớm mai Phật biến bay
Sớm mai Chúa cũng bỏ ta rồi…

KHI TÔI CHẾT, TÔI SẼ VỀ LẠI NHÀ BẰNG VISA MÂY BAY CHĂNG

(Gởi nhà văn rất ngưỡng mộ giải Pulitzer Nguyễn Thanh Việt)

Vâng, tôi không là di dân
không ôm giấc mơ hoa lệ đèn vàng
không khao khát mùa thu diễm ảo của phố thị tình nhân
Virginia
không thèm bánh mì nhiều chất đạm hamburger…
không, tôi không… một con số không khá tròn trĩnh

Tôi rời quê như thân lá rụng trong mùa chẳng rõ tên
chẳng gió chẳng ai gọi và cũng chẳng đặt tên mùa
mùa chia xa hay mùa màng vô trú
tự do

Lẽ nào tôi đi không kịp mang theo cội theo nguồn
chỉ ôm một nhánh tro
và dường như một tiếng gọi mẹ cha
đã khản họng khi tuổi mới lớn

Tôi không xây giấc mơ lâu đài gác tiá nơi xứ người
chỉ là nơi đây ai cũng có thể nói
và nói bất cứ điều gì mình muốn
cũng như ai cũng có cơ hội để đi lại từ đầu
khởi đi từ giấc ngủ không còn đạn réo bên tai
hoặc có người nhà bị bất ngờ dẫn đi trong đêm

Sao Người hỏi chi một người di tản ngu ngơ
rằng nụ cười trên môi đi vắng(?)
Ờ thì tôi cũng có cười đó chứ
Nhưng nụ cười đã tỵ nạn cùng tôi
chạy di cư lâu rồi
hay đã chết đâu đó trên biển cả

Thưa vâng, tôi nào phải là di dân
(hay xót xa hơn tên gọi thuyền nhân là thùng nhân)
mà hòng bảo hợp pháp hay không hợp pháp
tôi là người bị ném đi đẩy đi
là vết thương rẫy ruồng biết đi
là bản đồ cháy dở
đâu tìm được kinh độ quê hương

Ngày tôi đứng xếp hàng chực chờ được ăn thịt gà
rẻ hơn rau muống
ở trại tỵ nạn chuyển tiếp Guam hay Camp Pendleton
trong lòng vẫn thì thầm lời mẹ ru tiếng Việt
và thèm một cơn mưa nở trắng như đường răng ai
thật đẹp
dù chỉ một lần
được ngắm trên đất mình.

TB: Để nhớ lần gặp gỡ thứ hai đầy ấn tượng với nhà văn Nguyễn Thanh Việt, cách đây đúng hai tuần.Những nhà văn lớn lâu lâu vẫn luân phiên được bà con mời đi diễn thuyết, trò chuyện cùng độc giả trong khuôn viên đại học, thư viện, tiệm sách…khắp nơi. Được biết nhà văn dự định có tác phẩm mới mà mọi người đang rất mong chờ, cũng phải hai ba năm nữa. Vì ở nhà đã có cuốn The Sympethizer, The Committed nên tôi mang cuốn The Refugees(Người Tỵ Nạn) để xin chữ ký tác giả.Thật thú vị khi tác giả là người luôn rạch ròi sâu sắc giữa một người tỵ nạn & một người di dân, và khi tôi nhờ tác giả ký vào bản dịch tập truyện Người Tỵ Nạn, Nguyễn Thanh Việt trước tiên dò xét ở phần mục lục xem thử có bị bên nhà cắt xén truyện nào, và thế theo lời yêu cầu của tôi, tác giả đã viết dưới câu đầu tiên trong tập:" Tặng những người tỵ nạn, ở bất cứ đâu" một câu tiếng Anh rất đáng mến: For Thanh Bình(có dấu đàng hoàng), May you always be at home. Nghe lời chúc được tìm thấy quê hương thứ hai, sao tôi lại viết chi bài thơ buồn lạc lõng.

QUỴT NỢ NGƯỜI

Quịt nợ đời ơi quịt nợ đời
Nợ tình nợ bạc trắng như vôi
Ôi nỗi buồn nào nghìn năm trước
Lũ lượt buồn về chẳng thể vơi

Hỏi đất cùng trời nắng tắt chưa
Giọt vừa mới đó đã chiều tà
Con mắt đưa tình mờ như mưa
Gặp lại nhau đâu dễ nhận ra

Không trả được thì đành quịt thôi
Tiền thời lưu kiếp mai sau trả
Cả vốn lẫn lời cũng chia đôi
Để có chung nhau mộng la đà

Đâu gặp nữa thời gian đã bay
Say cùng nhau chén trăng xanh cũ
Uống một lần quên đời chia hai
Dấu môi xưa còn giữ trên tay

Quịt nợ thôi nhân tình nào hay
Giã từ thế thái bầu rượu cay
Giã từ tóc mây chiều mây bay
Trả lại đời cuộc người không may...

XIN SIÊU BÃO ĐỪNG GHÉ ĐẾN

Khi trên bảng khí tượng quặn một đốm xoáy mịt mùng
mù sương
Ragasa gọi tên thành phố nào là giọng lạnh như gươm dao
Chặt ngang đường chân trời, cắt rời mọi giấc ngủ
(Nghe nói Quảng Ninh, Hà Tĩnh, Nghệ An & có thể nối
lan qua Huế, Thanh Hoá...)
Giờ phải chuẩn bị cho một sớm mai thức dậy với
tiếng gió bão bùng thở gấp
Tiếng mái tôn rít lên như vết rách thời gian
Những cánh cửa nhà nhà khóa chặt
Vẫn không giữ nổi linh hồn vụt bay
Và mưa
Mưa như đang gõ, ồ mà không
Đang đập mạnh vào mặt kính vào tim mình
Cột điện ngã nhào, không kịp nói lời tiễn biệt mặt đường
Đèn phụt tắt, chúng ta chỉ còn nhìn thấy nhau
Bằng thứ ánh sáng lo âu
Không còn mạng, không còn tin tức
(Liệu điều này có dễ thở hơn không?)
Chỉ còn hơi thở nặng trĩu của người, của trời, của đất

Vậy thì Ragasa không có lý do gì để đến
Chúng ta đã có quá lắm những nỗi buồn tràn bờ
Đường đi của bão có thể đẹp một cách tàn nhẫn
Như tên gọi của những con bão cái
Và dĩ nhiên không ai gọi đó là phép màu

Sau cơn bão là nỗi thinh lặng buốt tim
Cây ngã, nước dâng
Chúng ta tìm nhau trong vũng mắt
Một chiếc dép trôi lạc đâu đó
Dấu vết cuối cùng vô thừa nhận
Và những câu hỏi không ai buồn trả lời…

CÓ LÚC 50 NĂM

Có lúc năm mươi năm nhìn lại
Vẫn thấy mắt mình nhoà lệ cay
Những mẹ già khiếp run hôm ấy
Không khóc nổi dù con nát thây

Có lúc tô son rồi bôi phấn
Vẫn vẽ chẳng ra khuôn mặt người
Đứa bé già vội từ xuân trước
Xuân đến lúc nào sao chẳng xuân

Trên những hàng cây đoành đoành máu chảy
Có xác người lủng lẳng gọi trời mây
Có khản hơi trời cao cũng giấu mặt
Ai giết con tôi những Việt gian nào

Mẹ bóp mũi con sợ mình lộ diện
Chết trên tay mẹ con ngủ giấc hiền
Có khi mẹ chết bé thơ chẳng biết
Con day vú mẹ giấc ngủ triền miên

Mẹ hỡi Việt Nam Mậu Thân thảm khổ
Giải khăn tang chít hoài những tháng năm
Có chôn sống Huế của tôi vẫn sống
Xin đừng nhảy múa khúc hát cuồng ngông.

HỎI CHÚA ĐI

Điều duy nhất chúng ta phải sợ chính là nỗi sợ
(T. T Mỹ Franklin Roosevelt)

Giờ con biết cha khóc đã nhiều rồi
Hai người cha hai cõi nát riêng lòng
Có vinh danh có hành hình trăm nỗi
Thì hỏi Chúa đừng hỏi tội tổ tông

Thủ phạm là ai ngạo giữa trời không
Cha nào biết nạn nhân cùng huyết thống
Đã chờ trăng sáng đợi mặt trời hồng
Mà thế sự bao lần ôm tuyệt vọng

Nói với Chúa
đừng trăn trối cùng ai
Chúa Phật không hiểu
nói chi loài người…
(Để nhớ một ông bố Mỹ có con được vinh danh & một có con đang vào tù vì tội cố sát)

CỨ YÊU NHƯ TÌNH YÊU SAU CÙNG

Người ơi tình yêu có hay không
Nó muôn màu hay màu bất tận
Nó ở thiên đàng hay ở trần gian
Sao yêu nhau mà lòng buồn vô hạn

Người hỏi tình yêu có sai không
Dẫu là sai nên lầm lỡ dại
Bởi đã yêu rồi đau đớn mà thôi
Con tim sao so tính bận lòng

Quê hương buồn nên tình đành lỡ
Ai nhắc chi ngăn cách dở dang
Không có nhau thiên đàng cũng mất
Ở nơi đâu tình yêu có thật

Tình yêu mình yêu đến kỳ cùng
Tình chân thành là tình yêu đúng
Có tình yêu nhìn trời trong vắng
Đừng yêu nhau trong dòng nước mắt

Người ơi tình yêu dẫu vô cùng
Như viên ngọc dù muôn vết sướt
Không đếm đo tình sai hay đúng
Cứ yêu như tình yêu sau cùng.

SAO THẾ GIỚI NHỐ NHĂNG NHIỀU CHÚ CUỘI

(Đêm thu buồn lắm, chị Hằng ơi/ Trần thế em nay chán nữa rồi..., Tản Đà)

Sắp Trung Thu chắc trăng cũng sắp tròn
Mặc kệ Tản Đà muốn làm Chú Cuội
Người mơ chi nức nở một vầng trăng
Trăng ảo diệu như một cơn mơ trắng
Sao thế giới nhố nhăng nhiều Chú Cuội
Có Chú Cuội hứa rồi xa như trăng
Phố xưa ai về rợn ánh trăng lu...

LỜI XA NGƯỜI

(…Tôi có đi dự đại hội cờ vàng cờ đỏ gì ở chốn kia/ Mà tô son trét phấn tôi lần nữa trong chiếc hòm gỗ…)

Đúng là tôi cũng muốn vậy
Xin miễn vòng hoa và phúng điếu
Chỉ cần chia hai với tôi
Nửa hạt bụi trần gian
Nửa hạt bụi mây ngàn

Tôi chả bảo: " Em nhỏ nhoi như một hạt bụi/ Xin đừng cắn em thêm nữa"
Mà để làm gì, khi một người đã đi thật xa
Và không bàn giao lại một địa chỉ, số "phone"…

Cũng đâu cần tìm đến nhìn nhau lần cuối
Những chìm nổi ba sinh của đời sống đã đóng lại
Chiếc nắp quan tài khép kín khỏi cần " viewing"
Khâm liệm hết những nhân tình
Những hão mộng thế thái

Hãy về đi thôi
Nghĩa lý gì một bụm tàn tro
Tôi có đi dự đại hội cờ vàng cờ đỏ gì ở chốn kia
Mà tô son trét phấn tôi lần nữa trong chiếc hòm gỗ

Đóng lại nhé
Khi bờ môi xưa hương tóc xưa đã bay… bay… bay…
Mấy đường bay ngựa mỏi… cay cay
Thì thôi
Thương anh hạt bụi phong sương
Hỡi ơi hạt bụi sầu vương phố phường…

MƯA ĐỎ HAY MÁU LỆ ĐỎ

50 năm cơn mộng còn không
Khi chúng ta
từng chiếc bóng lạc loài
Khi tim người vẫn in hình
dấu đạn
Khát vọng hoà bình nước mình
chưa vui

Gây sốt mần chi
bi ca ngày ấy
Tráng ca thật sao
hay niềm hãnh tiến
Ờ thì khẩu hiệu
"sinh Bắc tử Nam"
Thành Cổ Quảng Trị
ghi xác bao người

Bữa tiệc máu chiến tranh bày biện gì
Mẹ xếp xác con, mạng dân cỏ thí
Tuổi trẻ VN máu lệ chiến trường
Ngỡ anh hùng mà ngày dài quê hương

Thôi nhảy hát
chảy máu đỏ da vàng
Mất mát nhiều cần lập chi
chiến công
Cách mạng gì
mà lịch sử tô hồng
Thế hệ mai này
sao phải hoài mong(?)

Đi về đâu
tìm xứ mộng thiên đường
Khi đất nước truyền tụng toàn
bánh vẽ
Khi mắt nhìn nhau vẫn một màu phai
Phim ảnh sách báo
cũng chỉ miệt mài

Mưa Đỏ nửa này nước mắt nửa kia
Thế hệ nào ngồi tri ân ký ức
Rực cờ pháo mà Tổ Quốc là đâu
Hồn xác xơ chờ hồi sinh một mối…

LỤC BÁT GHÉP THÀNH TÊN TẶNG AI CHƠI

Thôi anh cứ trả nợ đời
Hồn ai nấy giữ bên trời kêu la
Anh đi thoát rụng quê nhà
Nghìn năm gió hú hải hà chưa yên
Hoàng hôn thương dấu chân nghiêng
Bờ xa sóng vỗ mấy triền hoang vu
Iêu anh thân ấy mịt mù
Nhớ anh đã lỡ phù du bến bờ
Hồn cơn từ thuở trẻ thơ
...Tiếc nhau mấy ngã xô bờ xa khơi...

KHI TUỔI TRẺ VN YÊU NƯỚC

Hỡi ơi
mừng độc lập đâu chỉ một mùa... thu
Yêu nước đâu chỉ là "mốt" thời thượng
Đu theo"trend" làm phường tuồng phô trương

Yêu nước phải dâng tràn từng dòng huyết quản
quê hương
Biết xót thương máu xương tổ tiên bảo vệ giống nòi
Ơi thế hệ z thế hệ con cháu chúng ta
Mảnh dư đồ oằn oại chữ S
Liệu còn nhoài người ra biển lớn

Tuổi trẻ Việt Nam
Nguyện đứng lên phá tan gông cùm xiềng xích
nô lệ ngoại bang
nô lệ băng đảng
nô lệ đàn hoa giả dối

Nếu có kiếp nữa chắc vẫn xin làm người hơn làm
thông reo gió thoảng
Làm người (VN?) yêu nước mình nhất hành tinh
Yêu nước chẳng tội tình gì phải chịu nhục hình
Tự do của tôi sao đời lắm lúc chỉ muốn quyên sinh…

Hát lên đi tiếng hát đỉnh trời tiếng hát vực thẳm
Ngợi ca ngày nắng mới tự do
Bài ca nào vẳng lên
Làm xa vắng lòng người
Làm tim ai vỡ tan theo từng nốt nhạc
Đời vẫn không thiếu những ca sĩ thi sĩ chỉ là thợ hát
Thợ thơ

Và như thế… như thế từ phương xa
tôi nghe chừng vẫn chờ vẫn đợi
Những tiếng hát vang trời
trong làn óng ánh ban mai tự do
Trên những quảng trường trên những nẻo đường
Quê hương yêu thương!

MÔI QUỈ ÁM

(Chép lại cho một mùa không bao giờ cũ)

Em đứng giữa ngàn mây đời lưu lãng
Nghe thương mình như thương nỗi bao la
Anh ở đó suốt mấy mùa khổ nạn
Đã quên rồi hay thoáng chút trời xa

Sớm hôm nay khi không mà chột dạ
Em ôm ngày khóc gió nổi ngàn cao
Đi trở lại bên trời xưa lắm ngã
Anh đang sầu sao lá hát xôn xao

Áo em trắng trên đồi hoang nắng dạo
Mộng thiên đàng ta dệt tình lên cao
Anh vẫn nói dù trời làm giông bão
Anh vẫn còn một chỗ nhớ thương nhau

Tình thiên thu nên sầu như biển cả
Anh tù đày em hỏi thầm rất lạ
Trong nhung gấm vẫn nghe lòng băng giá
Vắng anh rồi nghĩa- trang - đời tha ma

Em vẫn muốn hôn anh như ma ám
Kéo khẩu trang xuống vũ bão tuyệt tình
Khi môi anh là hương độc quyên sinh
Thì cũng chết xin một lần đưa đám...

YÊU CHI TRONG CÕI TA BÀ

Làm sao buộc tơ trời mây trắng
Làm sao giữ đời mây thênh thang
Ta lơ ngơ
kiếp bụi hồng gội nắng
Trong thinh không
đâu chiếc bóng ân cần

Người bỏ ta lên núi
hát tình sầu
Bụi bay vần vũ
ta đi khắp
Người ta lịch sự chào khanh tướng
Đâu biết ta chờ
câu yêu thương

Hề đất hề trời có ta đây
Đâu ai tử tế mời ta ngồi
Thôi ta cứ đứng mà chơi vậy
Đời chỉ mình ta thương ta thôi

Làm sao biết tâm bốc thành đám khói
Ta kẻ phàm trần
nghiệp chướng u mê
Ngồi thiền định mà lửa tình bốc hoả
Nói chi đốt tam muội thành tro than

Vì yêu Người nên trầm luân một cõi
Người trở về hồn ma ám trong ta
Lửa tam muội cháy trong lòng sân hận
Còn sân hận là còn yêu âm thầm…

GIẤC MƠ NGƯỜI

Khi thế giới coi chuyện thay tim giả
Như tập sống mà không nhớ gì cả
Không nhớ con người sinh ra vốn đã khóc oà
Và quên đi lần chết mới ngậm cười

Người ta nói về một hành tinh xa lắm
Lên Sao Hoả chỉ còn em với anh
Ở một nơi
Sống phây phây không cần dưỡng khí
Em và anh thở suốt trong nhau
Chẳng màng một thứ gì

Người ta mơ tìm một thứ thuốc trường sinh
Thời đại kim tiền không thèm kiếm thứ tình yêu
Bất tử
Thôi hãy quên đi
Một trái tim bằng nhựa
Nghĩa lý gì một lần khô máu tim

Nghĩa lý chi một chuyện cũ không vui
Thay tim mới
Vùi quên cội nguồn sông núi
Giấc mơ làm người thì ta làm công dân hạng hai
Núi và sông giờ như chuyện 3000 thế giới

Đời tận tuyệt chết có khi là giả sống
Chuyện vinh nhục mời đi hỏi bộ nhớ trí tuệ
Mất nhau rồi mình về sắm một robot hồi dương
Ôm ấp vài lần
Đâu cần hò hẹn tới trăm năm…

SÀI GÒN ƠI! XIN ĐỪNG HÁT TRÊN NHỮNG XÁC NGƯỜI

Khi xác thân còn đang ấm
Khi cách ly đang âm thầm
Khi Sài Gòn đang trầm trọng
Có tiếng hát trên xác người

Xin đừng hát trên những xác người (bis)
Khi xác kia chưa kịp lạnh
Khi linh hồn chưa lìa thân
Tiếng hát như lửa đang cháy
Tiếng hát reo trong lò thiêu

Hồn tôi ơi đã hết đời thật rồi
Xác thân còn lại gì
Chỉ là mảnh điêu linh
Chỉ một lời không kịp trối trăn
Không tẩm liệm vành khăn tang trắng

Nói chi lời khóc tiễn oan khiên
Ôi cái chết cô đơn ngập tràn
Bao đứa trẻ đã sớm biết ly tan
Ôm bình tro than mà nước mắt hai hàng

Giờ nơi đây người chết hai lần
Trốn chạy hai lần tử thần là ai
Mình đã xa càng xa vô tận
Giữa phút lìa trần ai nắm tay ai

Đất nước chi như mưa bão tơi bời
Những chiếc lá rách đùm lá tả tơi
Những cảnh đời thường hốt hoảng chơi vơi
Những ngày thật buồn biết có lặng lẽ trôi.
Xin đừng hát trên những xác người (bis, bis…)

BƯỚC CHÂN KHỔ HẠNH

Dấu chân trần an lạc
Giữa vòng vây ta bà
Người đi như hành giả
Mòn bước chân hạnh tu

Người đi Người cứ đi
Giữa biển trời gian trá
Bước chân gầy thanh thản
Người mỉm cười bao la

Còn hoài mãi nơi đây
Gót sen giữa bùn lầy
Người vén hồn run rẩy
Lạnh tà ý châu thân

Chấp tay vái tứ phương
Áo vá chân trần đen
Người bỗng thành biểu tượng
Ôm bình bát nhún nhường

Đường đời vốn đá sạn
Liệu chân Người có đau
Liệu đoàn người rồng rắn
Khiến Người thôi tĩnh lặng

Một mai về lại núi
Khổ tu và ẩn tu
Xa hồng trần tục lụy
Thời mạt pháp ao tù...

NHỚ THI SĨ NGUYỄN ĐỨC SƠN

Lẽ nào thi sĩ đành bỏ cuộc chơi
Như một thuở nào bỏ ngang phố thị
Vô rừng dựng am, mặc kệ thị phi
Thênh thang một cõi, hồn thơ chơi vơi

'Em chưa đái mà hồn anh đã ướt'(Thơ N.Đức Sơn)
Thi sĩ chưa đi, đã ngại tiễn đưa
Quái kiệt Thơ nên tim người ướt rượt
Thì nán lại vì cuộc chơi còn dài

Ta cũng vô rừng đụng mùa bão rớt
Xếp chân khèo đốm lửa đâu đâu
Dập lửa tắt vùi tro tàn bớt
Còn lại chăng lửa ngút lòng sâu

Đừng vội nhé , thơ đang cháy trong đầu
Cuộc đời cần những trái tim rất thơ
Nhân cách ấy suốt một đời sống đẹp
Không thỏa hiệp dẫu phải đi bất ngờ!

SÀI GÒN PHỐ XƯA NHỚ MẤY CHO VỪA

Giọt lệ sầu
thôi đành xé hai
như vầng trăng
ai chẻ đôi rồi
thành phố sầu như đã quên tên
em cũng sầu
không nhớ tên người

Giọt lệ tình
sao như rượu cay
khóc ngàn mây
rót đầy số phận
ly rượu này nốc cạn
cho say
khi cuộc đời yêu để chia tay

Vì dòng đời
không đẹp như thơ
nên lòng người ly tán ơ hờ
dòng Bến Hải ngăn đôi
cách trở
cho tình mình
chỉ mộng với mơ

Yêu nhau chi
khốn đốn
nhục nhằn
tình bên bờ lý ở bên sông
chia cắt chi
xương rồng giăng lối
rưng rưng hoài
hồn nước mênh mông

Người từ Ải Bắc
về gặp phương Nam
phương Nam nắng đẹp không còn nữa
Sài Gòn đã chìm
theo dấu cơn mưa
Sài Gòn lối xưa
nhớ mấy
cho vừa....

MỘT MAI KHI GIÃ TỪ

Rồi cũng đến lúc nói lời chia tay
Giã từ u uất những đời vây quanh
Giã từ đọt nắng trên những ngọn cây
Giã từ mưa nhẹ như mắt lệ người

Giã từ môi hôn yêu trong vĩnh quyết
Giã từ khát vọng giải thoát tự do
Giã từ hân hoan gặp gỡ rồi xa
Giã từ thời gian nào đã đi qua

Giã từ mùa Xuân xanh ngát mộng xanh
Giã từ nỗi nhớ chẳng thể làm quên
Giã từ nỗi buồn rang khô trái đất
Giã từ cùng ai lang thang lất phất

Giã từ sóng sánh chao nghiêng chân quen
Giã từ trang viết dở dang lời yêu chưa tỏ
Giã từ một làn hương một làn hơi ấm
Giã từ rung động tuổi trẻ thoáng đẹp qua đời

Giã từ thảy thảy hợp nhất linh hồn
Êm ái ngơi nghỉ trong vòng tay ôm đất cỏ
Có gì đâu rồi dứt buông rồi nối tiếp
Có chầm chậm nhường bước cuộc đời rồi
cũng luân phiên tới...

BUÔNG BỎ

Rũ bỏ hết những muộn phiền năm cũ
Năm Mới nhảy vọt qua những lo toan
Thôi thì chúc mình môi cười rất ngoan
Chúc tất cả giao mùa đẹp quyến rũ…

CHUYẾN XE CUỐI

Đừng vái trời cho chuyến xe về trễ
Trễ hay sớm
thì cũng lên xe thôi
Thôi đừng hỏi
xe đã về bến cuối
Tiễn đưa người rồi cũng tới
phiên tôi

Dẫu có thể chết là để tái sinh
Bắt đầu lại
ở một đời sống khác
Hẹn nhau nhé
cùng chiêm bao gió thoảng
Sẽ nối tiếp
bài thơ tình dang dở

Người vắng bóng về ẩn hiện trong mây
Vừa mới đó
trở thành người năm cũ
Thoảng trong gió
chỉ là lời tạm biệt
Ấp ủ gì
chuyến xe cuối qua đây

Dẫu sống buồn vẫn nhủ thầm
sống đẹp
Mai xa rồi
không sợ lòng hối tiếc
Ngày sương khói
niềm yêu càng chật hẹp
Lên xe thật sao
cát bụi
biền biệt…

BÉ THƠ ƠI
MÙA XUÂN CỦA CON ĐÂU?

Đó là lúc Xuân không còn về nữa
Trần gian ơi đón Xuân sao buồn quá
Áo mới đâu sao Bé mặc áo tang
Cuối năm rồi mưa sắc lạnh hơn cắt

Bé nào biết trách ai đã tước đoạt
Nguồn lộc biếc vô tình trong nắng sớm
Kiếp mưu sinh sao đày đoạ thân cha
Bốn ngàn đồng cuốc giao hàng ra ma

Phạt năm trăm ngàn mất bao nhiêu cuốc?
Đừng nhẩm tính liệu trời xanh có thấu
Bé thơ biết gì thế giới người lớn
Biết vì đâu người Việt chả thương nhau!

Bé chỉ thấy nỗi đau trong mắt mẹ
Thấy bóng cha giờ khung hình lặng lẽ
Thấy Tết đến Xuân không khoe áo mới
Thấy nhà trống mẹ ôm con lủi thủi

Bé còn nhỏ để xót thương số phận
Những cảnh đời cha kiếm sống long đong
Giới lao động nghèo lãnh phạt toi công
Xuân ở trên cao lỗi hẹn mùa trông…

CUỐI NĂM NGƯỜI CÓ CHI VUI?

Cuối năm ngồi đếm tuổi đời và nợ đời trả chưa, chưa trả
Nơi đây có người vẫn đi đi về về
Giữa những cơn gió cô liêu không nhà
Đốm sáng cuối cùng của năm cũng đã tan chìm
Một lời im

Ờ thì chính Người cũng muốn chơi trò khất nợ hay quịt nợ cho xong
Cỡi lên hai vai một vài cụm mây lang thang mênh mông
Vút lên lưng ngựa hồng vù qua thác ghềnh chảy băng con suối trong
Rạp nát cánh đồng phong kín từng vó câu
Kỷ niệm hoài mong
Vậy mà cứ ngỡ có người ôm giấc mộng làm hiệp sĩ thiết tha
Phi nước đại như vó ngựa cuồng điên yêu ma
Nhắm mắt mở mắt ra vẫn cứ lung linh mãi
Một bóng hình cuối trời xa

Ơi hiệp sĩ, sao Người chưa trở về để vỗ về ngày tháng lê thê
Những vết thương tận tuyệt
Làm như chỉ có cao bồi hiệp sĩ
Mới có cơ may giải cứu
Những dòng nước mắt…

Người vẫn nói sẽ yêu hoài những dòng lệ lóng lánh kia
Nhưng Người có biết dòng lệ ấy bây giờ cũng đã khô
Hiệp sĩ già cao bồi không còn trẻ nữa thì làm được cái gì
Bây giờ
Khi mà tay Người cũng không còn ghì chặt nổi cái bờm
con ngựa
Người ngã xuống rồi Người có gượng được cơn đau?
Có hay không những gởi trao ngàn đoá hồng
cho người ngã ngựa

Dẫu thế nào hiệp sĩ anh hùng cũng phải biết đứng dậy
Đứng lên vươn vai một mình trong cõi ngày tàn vơi
Như có người cũng đang kiêu hãnh một mình giữa đời
chơ vơ
Có gì đâu, có ai còn nước mắt để khóc hoài chuyện cũ
Không còn ngồi khóc nữa thì đứng lên cười đấy thôi

Ờ thì đành rằng một mình bao giờ cũng buồn cả
Không có hiệp sĩ giải thoát nỗi buồn
Ngày thắp nến mới của con dê ngoan càng buồn rực rỡ hơn
Thôi thì ở đâu đó trong huyễn mộng thâm u
Chúng ta vẫn cầu chúc cho nhau cứ yêu đủ thiên thu

À vâng, không có Người, tôi chờ ai thắp nến hồng
Đã tàn năm, Người có gì vui không?
Ơi hiệp sĩ không kiếm pháp
Hay cao bồi ngã ngựa
Đã về không…

KHI NGƯỜI VỀ

(...Người đừng khóc niềm kia như trăng tỏ/ Tôi sẽ về vang những quảng trường xanh/ Đừng khiếp vía những tròng con mắt đỏ/ Nghĩa lý gì chút cát nóng đường xa, trích Thức, Hãy Cùng Thức!)

Cuối cùng Người về từ những chấn song
15 năm 4 tháng đằng đẵng thanh xuân
Thả trước hay sau cũng dài trông ngóng
Nhục thân Người nuôi lớn những hoài mong

À thì ra món quà nhân quyền quá mạt
Sầu tiếc Người đau mấy lớp khổ sai
Nhân tài đất nước giờ chẳng mấy ai
Mừng hụt Người thua ván cờ không may

Nghe Người về con vạc rủ Người bay
Chẳng buồn bay đâu phải vì cánh mỏi
Nhịp trống tim thôi thúc Người ở lại
Thương nước mình hồn Việt vẫn còn đây

Bài thơ sẻ chia Người ra tù nhỏ
Nhà tù lớn cha già đang dấu mặt
Thời đại gì hiền sĩ phải từ quan
Kẻ tội đồ vì yêu nước cường ngoan...

NGÀY BÃO NỔI

Bão thổi bay Em rồi
Bay mẹ già con thơ
Sao tôi đi làm xa
Mà trở về mất nhà

Xác hồn tôi đang đâu
Treo mãi nơi hồn cây
Cây câm nín không lời
Mà đau từng gốc rễ

Chiếc hòm sẵn của mẹ
Giờ trôi nổi nơi đâu
Để mẹ chết không mồ
Vùi thân dưới sông sâu

Nóc nhà cũ của tôi
Bay theo thế kỷ buồn
Hải Dương, Quảng Ninh, Hà Nội…
Từng ước vọng khép rồi

Tôi là ai mà sống
Mất tích giữa chợ đời
Run lẩy bẩy ma trơi
Quyên sinh những ước nguyền…

Ta gọi anh siêu bão cấp năm
Con bão đực xé toạc tim ai
Đởi tưởng có lúc đã mù tăm
Tưởng nguôi giông bão hoá tan đời.

THƠ MỘT BÀ MẸ VN GỞI CON TRAI

(Im lặng là " vàng" nhưng vàng không quý bằng " sự thật")

Ôi con yêu mắt sáng đừng tối lại
Đời mai kia rực rỡ vẫn chờ con
Ơn mẹ ơn thầy hiếu học thành người
Thì sá chi kiếp nạn con dân này

Ơi con trai nhánh biếc hồn tuổi trẻ
Đừng lo chi những trù dập cuộc đời
Vững tin mình mang đất nước ngày mai
Thù hận yên nghỉ dựng xây quê hương

Đất nước ta buồn lắm một dòng sông
Cùng giống nòi mà cách biệt mấy dòng
Ai nỡ chắn lối rách vòng nguyệt quế
Tiến bước tương lai đi rạng giống nòi

Mẹ biết con đi mẹ nhớ vô cùng
Con cũng đâu quên bóng mẹ liếp dừa
Nếu họ biết đất nước giờ sầu đắm
Biết lúc nào mùa lúa đẹp đơm bông

Mười bảy tuổi phải bẻ gãy sừng trâu
Để con quên kiếp dân mình nô lệ
Tuổi trẻ Việt Nam thật thà dũng cảm
Mấy thuở xa nhà để lớn lên mau…

VÔ ĐỀ

Thì cứ vong tình nhau thiên cổ
Tình thơ bữa nọ liệu ích chi
Thôi nhé thì thôi... dòng hư huyễn
Thơ phú chắc chỉ thuở trời hành...

THÁNG TƯ NÀY

Tháng Tư này máu kinh trong người mẹ đã ngừng chảy
Sao mẹ vẫn đỏng đảnh tô môi son đỏ như màu máu
phượng đỏ năm nào
Tháng Tư đất nước cũng đã đến thời mãn kinh vô độ
Không còn chảy nữa, máu
Nhiệt huyết

Ai đã cầm máu con người VN hôm nay
Sao vết thương chừng như
Vẫn loang lỗ
Và bao giờ thì lòng anh lòng chị lòng em
Sẽ không còn thất tán
Bời bời ly tan

Gần 50 năm chúng ta gọi kêu điều gì
Khi bầy sói vốn dĩ đã không hề tháo gỡ
Những xích xiềng của những chú cừu non
Bài thơ rốt cuộc
Vẫn bị hồn Tháng Tư vây buộc
Xé nát rách bươm
Từng giọt máu

Thảng Tư ngày nhật thực chẹ mặt trời ối đỏ
Che không thấy người thương đã đi về phía mặt trời
Đời cũng đã bao lần
Làm tan chìm
Chìm tan những cuộc tình
Trong chính chiến

Ơi anh, bao lâu rồi đời ta vẫn chơi vơi
Như chiếc lá
Bay suốt những chiều hôm
Chờ nổi không tiếng sấm động chân trời
Trong mắt tối, ngày chưa qua
Bóng tối...

ĐỨA BÉ KHẨN CẦU CHIẾC ĐŨA THẦN

(Cầu nguyện & chỉ biết nguyện cầu cho UKRAINE)

Từ hầm trú vẳng tiếng kinh cầu
Cầu cho bom lửa hãy dừng bay
Cầu cho mắt mẹ ngừng lệ chảy
Cầu cho cha sống sót sum vầy

Nơi điện hầm con cúi đầu xin
Xin cỗ máy giết người dừng lại
Xin thôi máu đổ xương thịt rơi
Xin kẻ đáng gờm hãy ngừng tay

Gieo rắc chi vũ khí điêu tàn
Lũ trẻ chết, mắt vẫn còn khóc
Những cụ già ôm đống xương tan
Ai thổi tắt những bình minh mọc

Xin hỏi Ngài bao lần làm cha
Có thấy lũ trẻ mất nhà cửa
Những họng súng vào ngực mẹ cha
Bầu trời rụng cánh chim thành lửa

Nơi đây không kết vòng nguyệt quế
Cho dấu xâm lược dẫm hồn oan
Người vẽ mặt người như thú hoang
Ai vẽ thế gian chiến cuộc về...

LIỆU TRÁI TIM BẠO CHÚA CÓ CHỖ CHO TÌNH YÊU?

Từ thủ đô băng tuyết nhìn thấy gã tuyết băng
Đôi mắt lạnh như ngàn năm không người sưởi ấm
Ông đang rao giảng chiến tranh hay điều gì đó
có trời mới thấm
Ghi âm với đám tiếp viên hàng không Aeroflot
Xinh xinh đơ đơ như robot

Xin lỗi, kẻ lão luyện tình trường đi rao giảng tình yêu
thì hay biết mấy
Cho phụ nữ không làm goá phụ son trẻ thơ ngây
Cho mẹ già không mỏi mòn tin con từng ngày
Cho bệnh viện nhà hộ sinh không là mục tiêu bom đạn
Những giọt máu chưa kịp mở mắt chào đời và
những bà mẹ lãnh đầy thương tích
Cho nhà dân không phải ăn bom chùm bom nhiệt áp…
răn đe
Ước gì trời xanh cúi xuống trời xui đất khiến
Ông thấy được lằn đạn hay tên lửa xuyên thấu tim
những người lính non choẹt oan khiên
Ôi bạo chúa làm gì có tim mà rung động
Thiên hạ nói là một tội phạm chiến tranh nên
chỉ có tham vọng

Kỳ thực không hiểu sao ông cấm dân đá động tới tên gọi
chiến tranh
Lẽ nào ông còn bị mùi chiến tranh lạnh ám ảnh
Đâu đây vẫn chưa thoát mùi tử khí, nhà tù, ám sát, chuốc
độc… đày ải hoành hành
Chiến dịch quân sự đặc biệt chi đó của ông đã lấy biết
bao lệ và máu xương ròng ròng
Nhân loại bỗng xích lại gần quỹ đạo chiến tranh…nóng
Vậy bao giờ mới thấy đủ bạo tàn dừng lại những điêu tàn
Bao giờ thú biết xót thương người cho ngàn ngàn
Những chỉ thị giết người phải ngưng bắn phá thịt nát
xương tan
Bao giờ mới tỉnh ngộ cho những linh hồn oan uổng

Thôi thì kẻ hèn này xin lịch sự cúi đầu cắm cỏ ngậm
vành… trân trọng mời ông
Vào viện tâm thần cửa ngõ đang mong ngóng
Hay viện ung thư não cũng sẵn sàng chờ đón ông
Liệu có mảnh lực tình yêu nào đủ bát ngát
Làm một ông già gần 70 tuổi chợt yêu đời yêu tình nhân
yêu loài người
Không muốn tự sát

Bên ngoài những cánh cửa vẫn phừng phừng bốc lửa
Bình minh đã không còn buồn thức dậy nữa
Những hầm trú những mồ chôn tập thể toát mồ hôi hột
Những cánh hoa chưa kịp nở đã vội vàng khóc lóc
Những lụn tàn những nhuỵ lòng khô héo

Vào những ngày đời hoang mang ngỡ như sắp tận thế
Tôi biết phải làm gì hay còn tìm kiếm điều chi
than vãn kể lể
Để tiêu phí nốt những khoảnh khắc mong manh
Giọt nắng cuối

Dù sao nhìn sang phía cùng một nhược tiểu đất nước
Hoa hướng dương vẫn óng ánh vàng rực
Ngạo nghễ mỉm cười đầy gợi hứng trước tàn độc
bày trò xâm lược
Những hạt mầm sẽ nẩy nở cùng đất đai máu thịt
Như trao gởi của một bà mẹ đến người lính viễn chinh
Chúng ta rồi sẽ phải tức tốc đi về phía có ánh sáng
Nơi đó rồi cũng sẽ dựng lại thứ bóng tối toa rập tội lỗi

Không lẽ chỉ vì chén thanh xuân của ông đã cạn
Để không còn muốn được tình tứ giấu kín yêu đương
Để chỉ ôm mộng điên điên rồ rồ nắm thế giới trong
một lần doạ dẫm
Cái nút bấm…ồ… vì sao phải đàm phán với cái nút bấm
Thì cái chết của một bạo chúa cũng đã kề cận
Ông sẽ chẳng còn đủ thời gian để giựt gân giựt cốt biểu diễn
Mình là một con đực mạnh mẽ như thú rừng nhe răng
Vậy sao nhắc chi thứ vũ khí sinh học hoá học ngồi xổm
trên pháp luật
Nhất là lại quá hoang tưởng say đắm thứ 'hột nhưn'
Phi nhân!

MẶT NẠ NGƯỜI HAY MẶT NẠ COVID

Dẫu sao cũng cám ơn Người
vẫn muốn chờ tôi ở ga cuối
chỉ đừng đeo mặt nạ hay kính lão
để còn nhận ra nhau
môi hôn cũ nụ cười xưa dẫu có hư hao
thì cũng thêm một lần
tặng nhau
trong tiếc nuối...

TỰ DO KHOANH DẤU ĐỎ

(Thiên hạ dễ thường đang ngủ cả/ Việc gì ta thức một mình ta, thơ Trần Tế Xương)

Khi những chú bò sắp bị dẫn đến
lò mổ
Trên đường đi thương nhất là hai mắt ngây thơ
tội nghiệp
Nhưng chúng vẫn nhẫn nha vừa đi vừa nhai lại
những cọng cỏ cháy

Bầy mục tử cũng đâu buồn roi đập
Khi đàn bò vẫn ngoan ngoãn không mảy may cùng nhau
toa rập
Chỉ cúi đầu bước đi
và an phận bước đi

Cho đến khi
bật lên tiếng rống thê thiết của đàn bò
bị thọc huyết
Đó chính là lúc khúc dàn ca muộn màng
của tự do
vừa chợt cất tiếng
linh thiêng.

ÔI XỨ SỞ THƠ

Mang thơ rao bán chợ trời
Xứ thơ thì cũng chạy đời ra thơ
Nguyên Tiêu cảm xúc tảng lờ
Hoà điệu chi nổi bạc phờ nước non…

KHI KHÔNG MÀ NHỚ HUẾ

Ước chi tôi được về thăm Huế
Thăm lại Trường Tiền gãy nhịp xưa
Nắng mềm đưa hồn ai mở cửa
Sông Hương xanh nhạt mảnh hồn quê

Ước chi tôi về lại An Cựu
Bừng sáng vườn tươi một môi cười
Thấy bà tôi ngồi đưa nhịp võng
Thấy tàng trứng cá ngọt tuổi thơ

Phải chi trời lữ thứ đừng mưa
Mưa chẳng dầm dề cũng nhớ Huế
Nhớ lò ấp sưởi bàn tay lạnh
Bếp lửa quê nhà hong khói đưa

Phải chi O Huế bớt lãng mạn
Thôi sầu khi đầu sông gió núi
Nghe thông reo mơ tưởng Ngự Bình
Răng phải đành xa mới nhớ Huế

Ước chi gặp Huế đẹp và thơ
Từ độ Hương Giang bỗng đôi bờ
Xa xôi quá Thượng Tứ cố đô
Con đường phượng vĩ nhớ như mơ

Ừ thôi cứ ước chi phải chi
Mưa đừng rơi đỡ nhớ Huế buồn…

17-2.1979: CÓ AI ĐƯỢC PHÉP LÃNG QUÊN(?!)

Mời đọc lại suy ngẫm lại, khi " Đẻng" không muốn nhớ nên cả truyền thông nhịn thở
(Nhân dân không có oán thù gì với nhau, chiến tranh và hoà bình đều là biểu hiện của tình hình chính trị, trích Ma Chiến Hữu, Mạc Ngôn, Nobel Văn Học 2012)

Cũng không cần lần mò về mộ địa
Tôi nơi này vẫn có lúc nghe được
Tiếng khóc buồn thảm của những hồn ma
Trẻ
Khi chiến tranh đã nhảy cỡn trên dòng máu thanh tân
Khi chúng ta vì quá hèn nhược đã không dám
nhắc nhớ rằng có một ngày như thế
Giặc tràn qua ào ạt 600.000 quân lính sao có người chưa
tỉnh ngủ
1000 năm đô hộ nước mắt nhược tiểu chưa nguôi
Sao vẫn nhỡn nhơ những ký kết bịp lừa

Ờ thì đành rằng mang phận dân đen có nhớ
cũng bằng thừa
Tốt hơn chúng ta nên giấu che những giọt nước mắt
Cũng chẳng cần lén lút đi thắp nhang dạy cho lũ mù loà
lòng yêu nước
Tại sao chúng ta bị đánh mất cả quyền tưởng niệm
Những chiến hữu đồng bào của mình giữa lư hương
bàn thờ dân tộc

Vâng, chúng ta đã không thể làm bất cứ một cử chỉ nào
Dù chỉ để khích động tinh thần dân tộc
Trong mỗi con người VN tội nghiệp
Đã phải tự cắn vết thương mình
Thay vì cào cấu từng nỗi tham vọng u mê
Bầy kên kên Trần Ích Tắc

Chiến tranh biên giới
Không chỉ có những goá phụ , mẹ liệt sĩ...nhủ lòng
không quên
Chúng ta cần lau lại những giọt máu còn
mung mủ trên mặt
Quê Hương
Và cũng đồng nghĩa là vẫn nhớ hoài huỷ trang sử
cay đắng âm thầm
Và đâu thể quên Tổ Quốc vẫn đang nguy nan
họa ngoại xâm
Chỉ có lãnh đạo tồi
Mới bắt nhân dân
Chịu trận
Chịu nhục
Trước ngoại bang

Ơi khi nhạc đời lẻ tẻ
hai ba nước XHCN
Dưới bàn tay sắt
đảng CS lãnh đạo
Ôi đồng- chí- tốt rồi sẽ dạy tiếp bài học mới
Học, học mãi
đầu bạc vẫn chưa lớn nổi

Đừng nhắc nữa
một thời ra ngõ đụng anh hùng
Anh hùng hay anh khùng
giờ cách chỉ một chữ 'K'
Coi như họ đã phủi sạch một thế hệ đã sống
và cũng đã chết
Cho những tham vọng điên rồ của lũ cầm quyền
Nên mới cam tâm cống nộp Hoàng/Trường Sa
Ải Nam Quan, Thác Bản Giốc, Bauxite, Formosa....

Mới đó rồi cũng gần nửa thế kỷ cuộc chiến
biên giới Việt Trung
Chúng ta đâu thể không tri ân
Những người nằm xuống có thể chỉ như
Những con chốt
Trong ván cờ người khốc liệt
Những mưu đồ

Ôi những tử sĩ đã bỏ mình
Những cái chết thường dân oan uổng
Nói thật, chỉ có những lỗ tai điếc và lú lẫn
Mới không nghe được
Tiếng súng nát ngực nát thân
Trên bầu trời máu
Một sớm mùa Xuân năm nào
Biên giới.

CẤM ĐỌC!

Cấm con dân yêu nước hy sinh vì vệ quốc không được quyền tưởng niệm, ghi nhớ trong sử sách.
Cấm những linh hồn uổng tử cô quạnh không bao giờ được một lần truy điệu, biết ơn.
Cấm sao được khi đến mùa hoa vẫn nở bâng khuâng trên đồi núi Vị Xuyên.
Cấm nổi không những tiếng thét vang dậy trời đất Bạch Đằng Giang.
Cấm tuyên bố, kiến nghị, cùng nhau đông đảo suy ngẫm thắp nến thắp hương trước bàn thờ Tổ Quốc.
Sao không, cho lòng không tuyệt vọng...
Cấm, sao cấm để chỉ biết cúi đầu làm nô lệ...

PHỤC SINH NÀNG

...Và nàng cũng đã đứng dậy đứng thẳng
Bay qua những hố thẳm
Những rượt đuổi hung hãn
Những thương tổn đời thường

Bỏ lại sau lưng những con mắt cú vọ
Những buổi chiều chực khóc vì oan nghiệt
Những khổ hình không đáng có
Những bịp bợm giả dối điêu ngoa
Những đùa bỡn án lệnh luật lệ luật pháp
Nàng thấy rõ mình đâu thể dễ bị hạ gục
Trước những mũi tên đời
Bắn tỉa

Rồi nàng lại thẩn thờ tự hỏi
Làm thế nào để những cú đau bất tuyệt
Không tái sinh lần nữa
Trong đời
Và như thế khi nàng đang bước tới
Có phải vì mùa Xuân đang lửng thửng
Nhịp bước trở về vời vợi

Thôi hãy đừng sợ hãi chới với
Thế giới vẫn còn nhiều kẻ tử tế
Biết thương cảm

Hãy mỉm cười
Có lẽ thứ trang sức nàng nên sắm cho mình
Vẫn là môi cười đẹp
Để sấn tới vượt qua
Những ngày khốn nạn và khổ nạn

Có phải đời thì vẫn cứ buồn
Như ngàn năm con nước vẫn chảy
Nước dẫu có khi chảy cô độc
Thì vẫn tươi trẻ
Tự do...

ĐÁNH THỨC TIỀM LỰC BIS... BIS... BIS

(*Lúc này ta làm thơ cho nhau/ đưa đẩy mà chi mấy lời ngọt lạt/ ta ca hát quá nhiều về tiềm lực/ tiềm lực còn ngủ yên…*", thơ Nguyễn Duy cách đây 43 năm, trích Đánh Thức Tiềm Lực)

Tôi là quả trứng bùng vỡ
từ nội lực
không thế lực nào bên ngoài
khiến tôi vỡ

Vỡ như thế mới là vỡ
tràn nội lực
tôi khai sinh tôi
đầu thai
không lầm lỡ

Này bạn nhé hãy cùng tôi
mở ra luồng gió mới
ngày sẽ đẹp như môi cười nắng mới
đừng than với tôi rằng
chúng ta đâu còn tiềm lực mà hòng đánh thức
tôi đang vẽ một trời mơ ước
cho hương đồng cỏ nội quê tôi
cho chút nồng thơm mùi lúa chín VN
(vừa vẽ vừa khẩn cầu nếu quả thật ý nghĩa của cuộc sống này là có một Thượng Đế can dự định đoạt táy máy)

Đánh thức mình khi không đánh thức được ai đó
lẽ nào đất nước thời hậu chiến
không ai buồn trùng tu chính mình
ai cũng muốn làm người biệt xứ
hay tha hương ngay trên xứ mình

Thế hệ cúi đầu cam chịu hoài mãi
một đất nước bất hạnh miệt mài
trí thức tuổi trẻ tinh hoa chất xám quyên sinh hết rồi sao

Chúng ta có tiềm lực vì đầy lòng yêu nước, sao không?
ngoài kia thế giới tiếp tục chuyển động
thời đại phát triển công nghiệp, kỹ thuật số, chuyện sao hoả… rồi cũng chẳng có gì lạ
và cũng chẳng có gì giấu diếm nổi dưới ánh mặt trời
từ một cọng tóc cọng lông

Cái lạ là chúng ta vẫn dậm chân tại chỗ
nhìn tinh cầu và lòng mình vỡ nát
ôm mãi một nỗi niềm quê hương
đơn độc

TÍNH SỔ CUỐI NĂM

Cuối năm ở một nơi không còn thói quen
xé nhanh tờ lịch
như xé miếng thời gian

đếm ngày đếm tháng cây đời đã cạn
cơn gió từ bi bác ái nào xin thổi tới năm mới

lại chờ mong phép lạ năm mới mùa xuân lộc mới
hồi sinh tôi
hồi sinh đất nước
hồi sinh nhân loại…

AI MUA THÁNG NĂM TÔI BÁN ... NĂM THÁNG CHO

Một mình Em độc ẩm
Uống tràn ly chiếc bóng
Nốc cạn chén hư không
Phôi phai ngọn nến hồng…

HẴNG

Chợt trời bỗng xuống thấp
Đưa tay hái tưởng gần
Dè đâu càng hụt hẫng
Để mây buồn chết trân

THÔI ĐÀNH XIN TRẢ GÓP

Thôi cũng đành như lần quỵt nợ
Thôi cũng đành như nước buồn trôi
Thôi cũng đành không cùng chung lối
Đòi nợ chi trăm năm đã lỡ

Thì cứ đi vờ như chẳng nợ
Mây cũng bay mình núi chơ vơ
Sao bảo người đi vì chính khí
Phố chợ trầm luân trả nợ gì

Em nào biết mình mang tiếng quỵt nợ
Mắc mớ gì mà đòi trả trăm năm
Con đường xưa đâu nợ bước chân thầm
Mà nắng quái giữ chi lời mảnh vỡ

Đời du tử mơ món nợ tiểu thơ
Nên trả hoài trả hủy chỉ là mơ
Bao nhiêu năm ôm nợ tới ban sơ
Sao trả nổi những toan tính dại khờ

Bao lâu rồi xin làm người quịt nợ
Kiếp thề bồi không trả nổi tình chung
Giờ thắp đuốc đi tìm người chủ nợ
Mộng xanh lơ hồ dễ nợ không cùng…

GỌI NUỐI

Rồi thì trăng vỡ
Hương cũng bay
Tiếng ngày rơi rụng
Cành lá khô gãy

Tôi đứng bên này rừng
Gọi tôi bên kia núi
Hớt hả tôi về
Đâu người thiếu nữ mùa xuân xanh
Đuổi theo ngày vòi või

Gió thất thanh
Đảo chao trời đá dựng
Mây rưng rưng
Lời giã biệt còn sót lại
Âm âm vách dội

Ai bước ra
Đồi hoang xưa
Hô hấp ngàn xuân xanh
Người thiếu nữ trong tôi đâu còn nữa.
Đã, đã biến mất

Có lay gọi những oan hồn thiên cồ
Cũng đâu còn mộ địa
Trở về cuộc phán xét sau cùng
Của những từ ly

Có nhức nhối
Vết bầm số phận
Cuộc đời vẫn từng ấy điệp khúc
Thảm kịch giấu sau nụ cười hồng

Có nguyền rủa thời gian
Thì tấm gương ấy
Dòng sông này
Cũng không thể tìm lại được nữa
Người thiếu nữ có khuôn mặt trái soan lãng mạn năm xưa
Đã biệt tích giữa mùa xuân xanh… xuân xanh

LẰN RANH SỐ PHẬN

Có đôi khi chỉ một giây định đoạt
Người đã không vượt đèn đỏ theo sau
Và như thế vô lượng kiếp lạc nhau
Đừng trách cứ sao thời gian quá bạc...

LỆNH TRỜI?

64 chàng trẻ tuổi đi không về nữa
Vòng- tròn- bất - tử tận tuyệt non sông
Bị ôm cờ trắng tưởng cờ Tổ Quốc
Đâu biết máu mình chỉ là nước lã
Gạc Ma, những linh hồn vĩnh quyết cho quê hương...

KHÔNG ANH Ạ

Xa em rồi anh đợi ai mồi rượu
Không còn em ai châm thuốc cho môi
Rượu chợt đắng khói cũng vắng chỗ ngồi
Ai làm ái khanh cho Trẫm lên ngôi...

TẨU TRỐN HÒA BÌNH

Chạy trong đêm đừng đợi mặt trời lên
Chạy mải miết em sẽ gặp bình minh
Em cứ chạy dù phải xa đất mình
Đừng ở lại sầu mấy nỗi không tên

Chạy là chạy như một người tỵ nạn
Ngày xuống thấp như buồn tủi dâng cao
Trời đất khách dẫu hiếm được vẫy chào
Vẫn tri ân tự do là phẩm giá

Chạy trốn em nhé như kẻ đào tẩu
Thoát được nơi này đêm sẽ sáng trăng
Bên song sắt trông trăng chờ tin sáng
Buồn tim ta lửa vẫn đốt rất ngầu

Chạy đi em để còn sống sót
Ở lại chi lồng sắt quỷ dữ
Quên ta đi vui đời lữ thứ
Đi-ba-ngày môi miệng thánh thót

Chạy nhanh đi ẵm chỉ một giấc mơ
Giấc mơ Mỹ nào phải chuyện cơm áo
Cũng đâu phải ngắm thu vàng ảo não
Mà chính là thứ đèn neon Tự Do

Chạy như tẩu qua thời khắc lịch sử
Nghe niềm tin soi mòn lũ phấn son
Thì chúc em xuôi mái con thuyền con
Bởi nơi đây ngày tuổi trẻ không còn

Thế hệ già ghì mãi những cỗ tang…

TRĂM NĂM LÀ QUÁ NGẮN

100 năm mới gọi là già
80 năm cuộc đời có là bao
Ta bao nhiêu tuổi không buồn nhớ
Chỉ biết tim vẫn đập liên hồi

Vẫn còn yêu cứ yêu đấy thôi
Tóc xanh dẫu có pha sương điểm
Muối và tiêu chỉ chai thuốc nhuộm
Có gì mà ngại buồn hay vui

Phóng thích ngay những ngày buồn tủi
Cuồng quay như nhịp cha- cha- cha
Luân vũ cùng ngày tháng rong chơi
Ngày đâu là ngày vắng niềm vui

Niềm vui ấy cùng trao cho nhau
Đừng vị kỷ giữ riêng cho mình
Đời đã ngắn lòng người xin đừng ngắn
Chén thanh xuân uống mãi đêm tình

Ngọn nến hồng dẫu tắt sáp chảy
Cứ thắp lên từng mảnh tim cháy
Đốt cùng nhau mắt lửa tình biết mấy
Ngày tươi đêm trẻ tận tuyệt cho say.

CÓ NƠI NÀO?

(Thôi thì cứ coi như câu nói của nhà thơ Trần Đăng Khoa là chí lý: Thêm một người làm thơ là thêm một người lương thiện)

Có nơi nào tủi buồn như quê tôi
Xác người đàn bà bó chiếu sau xe
Con bệnh nhà nghèo lao phổi nan y
Dưới bóng mặt trời còn thở than chi

Có nơi đâu cấp cứu vào nhà thương
Gục đầu vô- lăng rạp mạng trên đường
Đùa giỡn tử thần ngỡ tới thiên đường
Biết mấy phận đời sống kiếp ma vương

Người đàn bà thôi bầu trời cánh gãy
Chết rồi quy trách nhiệm chỉ đắng cay
Đất nước kiệt quệ núi sông ai cưu mang
Lời nhắn một người số phận không xe tang

Người đàn bà đâu xe tang huyệt mộ
Thoát cuộc đời dấu lặng hết khổ đau
Đất nước có khối điều không đâu vào đâu
Đầy tớ quá giàu, kiếp chủ đành phơi thây

Đã đến chưa thiên đường mù lạc lối
Nghĩa lý gì Chúa Phật cũng niêm phong
Thi sĩ sống dậy liệu còn có hỏi
Bao giờ dân mình mới biết lớn khôn?

MỘT MÌNH

Cuối cùng rồi cũng một mình
Cũng như khi đến một mình khi đi
Có chi vui mãi xuân thì
Chân xa mù mịt chắc vì kiếp sau…

50 NĂM NHỚ CHI HOÀI

50 năm rau húng cũng già
Rau thơm cũng đã cỗi cằn theo
Nhớ chi hoài cọng rau ngày ấy
Mà nghe đứt ruột ngọn tình quê…

GỞI VIÊN Ô MAI TUYỆT DIỆU

Giá gì anh là viên ô mai
Để em ngậm mê mải trong miệng
Ô mai ngon xin đừng tẩm độc
Coi chừng môi răng cắn thêm phiền

Giá gì ở mãi tuổi thích ô mai
Được nhai ô-mai-anh trong vòm miệng
Ơi viên ô mai cứ thèm nhỏ rãi
Nhâm nhi một lần ngỡ nếm niềm riêng

Giá gì viên xí muội đừng lóc cóc
Cứ nằm yên để được tan được nuốt
Bờ lưỡi hồng có bờ môi cong cong
Ăn ô mai đâu phải đỡ đói lòng

Ở tuổi nào thôi ốm đói ô mai
Trong tình yêu ô mai là quà tặng
Anh đừng thẹn lỡ không còn thích ăn
Ô mai tuyệt diệu ngậm mãi mùi... yêu...

(Tặng Người đã nói: Đàn ông phải là kẻ đi đến cuối cùng cho bằng được)

XUÂN NÀY CÒN XA VẮNG

Xuân này còn xa vắng
Có ai đợi ta về
Chuyến xe đời hụt hẫng
Trễ một lần về quê

Thì thôi kỳ hẹn nhé
Tủi thân một chỗ về
Bóng quê giờ thăm thẳm
Bốn bề như cơn mê

Lời kinh cầu định mệnh
Kẻ biệt xứ nhớ nhà
Muốn ôm trời quê xa
Phải rủi may mệnh lệnh

Hoá thân như khói mây
Để vụt về cố xứ
Hẹn cùng non nước say
Cổ mộ được trùng tu

Ơi quê hương là đâu
Mà đời quên tiếng gọi
Để sóng trào bể dâu
Trái tim tìm nguồn cội

Nơi nào có quê hương
Nơi đó có cội nguồn
Đừng làm nước mắt tuôn
Thương người qui cố hương…

"Khi đời người cũng chỉ là ga tạm/ Lỡ cuốn nhầm nhau trên con tàu ma/ Bước liêu xiêu chờ hoài bờ bến lạ/ Chở tình về gặp ga xép mình ta..." (Nguyễn Thị Thanh Bình)

CUỐI NĂM
NHÌN NHỮNG CHUYẾN XE QUA

Thơ : *Nguyễn Thị Thanh Bình*
Nhạc : *Vĩnh Điện*

đời mệt mỏi. Dẫu thế nào tôi cũng xin làm người đứng đợi. Hơn nữa
đời kiệt lực hụt hơi. Đêm ba mươi không
đen, mà khoảng tối sương mờ. Bên kia đường gã home-
less hát điệu nhạc buồn. Một khúc ca bô-hê-miêng ngả nghiêng. Ai không
biết chuyến xe cuối cùng tạt ngang qua đây. Chúng ta chẳng còn dù nửa phút
giây, nói lời từ biệt chia tay. Yêu thương hay hận thù, thì
cũng lên xe thôi. Nổi gió lên rồi, chờ một chuyến xe trở về.

PHẦN 2
PHỤ LỤC

OUR APRIL

Our April
Are of Wandering orphans
Longing for comfort
In the wombs of our motherland

Our April
Hurried
Scattered
Diaspora in fear
Scarred on the torso of history
A lost generation

Our April
Baggage of the Past
Lonely
Tired
Without
Not much of many nothings
Faith hanging on a thread
Wrapped around the neck
Of wronged souls
Vietnam
Wreaths of illusions
Stepped onto boats
Listened to the waves
Crashing against 4000 years of the old seas
Tearing the beating heart of the fatherland

Our April
Unfinished goodbyes
Unending tears
Flowing on the river
Ferrying memories
In reminiscence
Choking back songs of
Uncompleted ambitions

Our April
Cracking slowly the mirror
Image god of War
Thousands upon thousands
Tanks deafening the Garden
Silenced the birth of the Summer Equinox
The little mice left the game collecting dog tags
The fat cats showed off their talents grilling the innocence
Deserted the nation like a provincial train station
Left alone floating to nowhere

Our April
The little boats drifted our lives
Undetermined
Unknown
Yet forever echo the roars
Yearning for Freedom
Undissolved
Still frothing the sea foams of the Eastern Sea
Tiny pieces of human flesh
Rescuing a generation
In hope and tribulations
For the yellow-skinned man

Our April
Shriveled bosoms without milk
Starving in the drought
Famish for the motherland
Blue like the lips
Of a postpartum woman
Laughing, crying, demented with disfigured
form from the same mother and father

Our April
The Black peasants walked the streets with White
uniforms
Sometimes they performed deranged skeleton dances
About country and the Party
Other times they marched in silence
Like lost souls in a funeral procession
No one can stop the beating of the dove wings
even when Peace turned white all-at-once.
When April was soaked in blood, the
funeral headbands refused to turn Red.
But our April was already haunted by Black.

Our April
Close your eyes
Look and see
The terrifying sounds imprinted in our brains
The horrors imparting those remained
The haloes of the righteous broken
Crushing the Spirit of the East

Our April
Forty years silently flickering the hopes and dreams
Awaiting Nimbus of the Eastern Sun
Reborn!

Our April
Dawn will burst with resplendent sunlight
From the womb of the Sun
Nouvelle!

Arty Abel
Translated from bài thơ Tháng Tư Của Chúng Tôi
- Nguyễn Thị Thanh Bình

THÁNG TƯ CỦA CHÚNG TÔI

Tháng tư của chúng tôi
Như một đám con mồ côi
Lạc lõng cội nguồn quê mẹ
Tháng tư của chúng tôi
Bồng bế nhau vội vã
Oằn trên lưng lịch sử một thế hệ lưu lạc

Tháng tư của chúng tôi
Hành trang dĩ vãng đơn độc chán chường
Không có gì
Chẳng còn gì ngoài những nỗi không
Niềm tin đi qua như những sợi dây thòng lọng
Quấn vào cổ những oan hồn Việt Nam vòng hoa ảo tưởng
Bước chân xuống tàu nghe sóng quặn bốn ngàn lần trên
biển quê hương
Tháng tư của chúng tôi
Nói chưa xong một lời từ biệt với đất đai
Khóc chưa vơi những bến sông chở đầy những con đò
kỷ niệm
Đã nghẹn với niềm báo của bài ca dang dở
Tháng tư của chúng tôi
Rạn nứt dần dần như chiếc gương của thần chiến tranh vỡ
Hàng hàng lớp lớp xe tăng làm bấn loạn những khu
vườn yên ả chớm hạ

Lũ chuột nhắt bỏ cuộc chơi sưu tầm những thẻ bài
Giống mèo cào hân hoan trổ tài trò nướng vỉ
Ôi xứ sở sao buồn như một ga hoang tỉnh ly.
Tháng tư của chúng tôi
Những con tàu Việt Nam đi về những hướng đời
phiêu lãng
Vẫn còn đó những tiếng thét đòi tự do chưa tan
bọt Biển Đông
Và những miếng thịt người cứu sống một thế hệ
mầm xanh da vàng
Tháng tư của chúng tôi héo hắt như đôi vú đến mùa
hạn hán
Xanh xao như đôi môi thiếu phụ hậu sản
Khóc cười điên loạn với hình hài của cùng một mẹ cha
Tháng tư của chúng tôi
Những người dân đen đổ xô ra đường mặc
đồng phục trắng
Có khi họ múa ca quay cuồng trong những bài ca
sông núi như những bộ xương trắng
Có khi họ lặng lẽ mất hồn như những đứa con bước sau
xe tang
Không ai cấm được điều gì khi những chú bồ câu
hòa bình cũng đồng loạt trắng
Tháng tư có nhuộm máu thì những chiếc khăn sô cũng
không thể biến thành màu đỏ
Tháng tư của chúng tôi đã lỡ mang một ám ảnh Đen
Tháng tư của chúng tôi
Nhắm mắt nhìn và thấy
Những tiếng động kinh hồn dội vào trong óc
Những tiếng động hành xử vầng mặt trời tóe vỡ lăn lóc

Những mảnh vỡ của chính linh hồn phương Đông
Tháng tư của chúng tôi
Bốn mươi năm vẫn nhấp nhánh niềm mơ ước lặng thinh
Vầng mặt trời phương Đông
Tái sinh!
Tháng tư của chúng tôi
Bình minh nắng đẹp sẽ ra đời
Từ bào thai một mặt trời
Rất mới!

OUR APRIL

(O Boat people, freedom awaits by the shore)

Our April
Like a group of orphans
Lost from the roots of the motherland
Our April
Hastily carrying each other
Bent under the weight of history, a wandering generation
Our April
A lonely, weary baggage of the past
Nothing left
Nothing but the emptiness
Faith passing by like nooses
Entangling the necks of Vietnamese souls with garlands of illusion
Stepping onto the boat, hearing the waves wrench four thousand times on the homeland's sea
Our April
Not yet finished saying goodbye to the land
Not yet done crying over the riverbanks filled with boats of memories
Choked with the omen of an unfinished song
Our April
Gradually cracking like the mirror of the broken war god
Rows and rows of tanks disrupting the peaceful gardens at the start of summer
The rats give up collecting dog tags
The cats joyfully showcase their grilling skills
Oh, the land is as sad as an abandoned provincial station
Vietnamese ships sailing towards wandering life's

directions
Still echoing are the cries for freedom that have not dissolved on the East Sea
And the human flesh that saved a generation of yellow-skinned shoots
Our April withers like breasts in drought season
Pale as the lips of postpartum women
Laughing and crying crazily with the forms of the same parents
Our April
Ordinary people rushing out wearing white uniforms
Sometimes they dance wildly in patriotic songs like white skeletons
Sometimes they silently lose their spirits like children following a hearse
No one can forbid anything when the peace doves are also uniformly white
Even if April is stained with blood, mourning cloths cannot turn red
Our April bears a black obsession
Our April
Closing eyes to see
The terrifying noises echoing in the mind
The noises shattering the sun, scattering all around
The fragments of the Eastern soul
Our April
Decades later, still flickering with silent dreams
The Eastern sun
Reborn!

Dan Nguyen
Translated from bài thơ Tháng Tư Của Chúng Tôi
- Nguyễn Thị Thanh Bình

GOING AND COMING

Early morning, I open my eyes; why
must I keep looking around for a
place to go to or to go to a place
only to return to go to go to

come to come to go to return to do
what? Every minute, every second
of every day that I am living
is meaningless like the road of yesteday

and the day before and the day before
that that I had gone on. I had gone and
also returned on roads empty of
travelers, not a single person not

a single person not a single voice
answering: no no to everything
that is a great big zero like the roundness
of the lips of Adam like the road of

hearts without lovers without wind and storm
without clouds and rain wet like the women
who had reached menopause but still had a
million million lifetimes to get

excited with viagra-pink for the
broad Eva thirsting for love or in excess
of love with the embraces of horny
men partially impotent. Oh viagra

blue for the winds to rise by the skies for
the depths of the winds to become full and
to fade for you and I and then nothing
remains? A time to meet is a time to

end. But certainly there are no endings
that are alike and all of us will have
to go to go to come to come to go
to return to an ending of all the

games...

J. Đỗ Vinh
Translated from bài thơ Đi Đi Về Về
- Nguyễn Thị Thanh Bình

ĐI ĐI VỀ VỀ

Buổi sớm mở mắt sao lại cứ phải
lục lọi tìm mãi nơi nào để đến
hay đến mãi một nơi nào để về
đến đến về về đi đi lại lại
để làm gì khi mà cứ mỗi phút
mỗi giây của những ngày mình đang sống
cũng vô nghĩa như con đường hôm qua
hôm kia hay hôm kia tôi đã đi
qua. Tôi đã đi và cũng đã về
trên những con đường vắng ngắt không người
không còn một ai không có một ai
không lời gọi không lời đáp: không không
tất cả là những con số không to tướng
như vòng môi cong cớn của những Adam
như con đường của những trái tim không
tình nhân không gió bão không mây mưa
thứ ẩm đạm của những người đàn bà
đến thời kỳ mãn kinh nhưng vẫn còn
cả một triệu triệu kiếp để xuyến xao
viagra-hồng cho những mụ Eva khát tình
hoặc quá thừa mứa những vòng tay ôm

lũ đàn ông dâm đãng bán liệt dương
ôi viagra-xanh cho gió nổi bên trời
cho vực sâu nào chở gió đầy vơi
cho tôi và anh rồi cũng chẳng có
gì? Một lần gặp gỡ là một lần
kết thúc. Nhưng chắc chắn không có
một kết thúc nào giống kết thúc nào
và chúng ta ai rồi cũng sẽ phải
đến đến đi đi về về lại lại
một nơi kết thúc. Của mọi cuộc chơi…

NO CHINA

To the 20-some youth of Vietnam and
For the two patriotic "No-U" soccer teams of Hanoi and Saigon

No China, No China, fie with those phantoms haunting us!
No U, No U to the hegemonistic pipe dream of China!

Verse 1:
Pity the poor know-nothing girl who displays the Great Han flag
one little bright star, two little stars bright...
five bright little stars, or is it six dumb ones?
What ignorance has buried our national sense of shame?
What generation has grown more cowardly than their forefathers?
How many times have I Alzheimer-like counted the stars
only not to see the bright eyes of a hero
only to find blood oozing out of my own eyes!...
What is friendship, this uncountable quality
when the stars are no longer visible in the dark long night
the obscure language of man?

No China, No China, fie with those phantoms haunting us!
No U, No U to the hegemonistic pipe dream of China!

O 20-some youths, why are you still in the dark shadow of night
where's a match so we can strike it and illumine a bright dawn
and burn down that flag, that barbarism and light up the streets
burn up even the ocean so that our fishermen can survive and come back in the fog
No China, "no" even to love
for one cannot just wallow making love in bed
the youth of Vietnam would rather die demonstrating
for without freedom there are no free people
when a slave destiny is what awaits us
we must voice this visceral cry for our land
No China.
Enough, this country has seen so much suffering for the last 1000 years
No China!
This land is ours, Vietnam
No "haunting" China, and No-U,
Hail, No-U Saigon, and No-U Hanoi
That cowlick is a mere hegemonistic pipe dream
leaving no room for compassion and love
as vast mankind is reduced to a dry heart
the heart of fearless 20-some youths with eyes sparkling like unsheathed swords
No China!
Do you hear the rumblings of a sky about to crash
it's time for the death knell to ring loud
calling on all of us to rush forward
fathers calling to sons to wake up Mother Earth:

The Fatherland must be held aloft
summoning the spirit of the land to come as in a dream
with church towers carillonning
and temple bells ringing far and wide
sirens wailing
as from the underworld
from faraway foggy islands
imprisoned cities
from primeval forests to freshly planted ones
from majestic rivers to tiny rivulets
our Vietnam is gentle like a dove
yet still has to confront as if to a vulture
Unfortunately there's a lie kept much too long
don't you think that the people will go on living with it forever
don't you think that you can run around talking about a sham Paradise
a paradise of scarecrows, of fake figures, of falsehoods
a paradise of crooks, of votive papers, of... spooks

No China, No China, fie with those phantoms haunting us!
O quiet and proud 20-some youths of Vietnam
don't be afraid of loving your Fatherland even unthinkingly
we will go in search of a true Paradise even at the cost of our lives for a tomorrow in which the seas and waves will settle.

No China, No China, fie with those phantoms haunting us!
No U, No U to the hegemonistic pipe dream of China!

Nguyễn Ngọc Bích
Translated from bài thơ No China - *Nguyễn Thị Thanh Bình*

NO CHINA

(gởi người trẻ "Tuổi 20" và 2 đội bóng yêu nước No-U Hà Nội và Sài Gòn)

Tội cho bé thơ ngu ngơ trưng cờ
đại hán(g)
một ngôi sao sáng
hai ngôi sáng sao...
năm ngôi sao sáng, sáu ngôi sáng sao
ngây thơ nào đem dìm quốc nhục nơi nao
thế hệ nào khiếp nhược hơn cha ông
đã ba(o) lần lẩn thẩn đếm sao... xong
mà chẳng thấy đôi mắt người anh tuấn
mà chỉ thấy hai mắt mình rơi vỡ chảy máu tuôn tuôn
tình hữu nghị là cái chi chi khôn lường
khi ông sao đâu còn
trong bóng đêm mỏi mòn
lời tăm tối loài người

này tuổi 20
sao đứng mãi trong bóng đêm rười rượi
que diêm đâu, sao chẳng đốt
cho bình minh sáng tươi

đốt sạch bóng cờ đốt bạo tàn đốt sáng phố phường
đốt lòng đại dương cho ngư dân sống sót trở về biển lạnh
mù sương
no China, "no" yêu đương
đâu thể chết mê nhược mãi trên giường
tuổi trẻ Việt Nam chỉ thà chết
khi xuống đường
khi tự do không còn
ta cũng không còn
khi kiếp đời nô lệ vấp vương
tiếng nói này là xương tủy cho quê hương

no China. Đất nước này đã lắm tang thương nghìn năm qua
no China. Đất nước này là của riêng Việt Nam ta!
no China "ma", mà cũng no-U, hoan hô no-U Sài Gòn
no-U Hà Nội
đường lưỡi bò đường hão mộng bá vương
còn đường nào dẫn đến từ bi bác ái tình thương
nhân loại bao la
dẫn đến đường tim khan
của tuổi 20 dũng cảm mắt sáng hơn gươm
no China,
có nghe không tiếng vọng bầu trời sắp sập kêu ca
đã đến lúc hồi chuông báo tử ngân nga
em gọi anh, chị gọi em hối hả
cha gọi con, đất mẹ rộn rã: Tổ quốc ta phải đặt ở trên cao
chiêu hồn đất nước về như chiêm bao
chuông giáo đường khát khao
tiếng chuông chùa thiết thao
những hồi còi u u
từ cõi trời âm u

từ biển đảo sa mù
từ phố thị giam tù
từ núi rừng già đến núi rừng non
từ con sông lớn đến con sông con
Việt Nam ta hiền hòa như giống bồ câu
nhưng cũng phải đương đầu như thứ diều hâu
có một điều ác hiểm quá lâu
đừng tưởng
bắt nhân dân ôm ác mộng bưng bứt đầu
chạy loanh quanh lừa mị thiên đàng cuội
thiên đàng bù nhìn, thiên đàng hình nộm, thiên đàng bịp bợm, thiên đàng giả, thiên đàng giấy mã, thiên đàng...
ma

no China, no China, không bóng ma dọa dẫm
hỡi tuổi 20 kiêu hãnh âm thầm
thà nông nổi một tình yêu tổ quốc
chúng ta đi tìm thiên đàng thật để đánh cuộc
cho một ngày mai biển sóng
lặng yên.

WHERE ARE MY HUMAN RIGHTS?

Where are my Vietnamese Human Rights?
The rights of a common man which for so long
Have reverberated, the song from the abyss
Rising up to unchain the sorrowful night

Where is his freedom, that homeless child?
In his threadbare shirt, he has to ford a river to get to school
Rummage in the garbage dump to find his S-shaped country
In search of a torn mythical leaf built on lies and deception.

Fearless, they now walk toward the dawn
Farmers, workers, merchants, victims of land injustice--
Can you hear the sound of their tears
That overflow the cup and pour into your souls?

The world weeps but with crocodile tears
For my compatriots exiled to the bottom of the earth
They can't expect to be humans, right
For it's not just a matter of wanting to be such!

In March the snow flakes test one's mettle
On the fifth and sixth of the month
As thousands step in unison on painful soles
To D.C. to demand human rights, now!

On this historic day we rebuild our national cemetery
With our youth armed with Viet Khang's spirit
Arise, our music changed to the sounds of a gun
O the glorious gun of our hero Doan Van Vuon

That's the way to be, a hand grasped by another hand
Writing heroic pages filled with fluttering flags
That can't go missing as our land of exile
Knows its moment of glory from this moment on.

Nguyễn Ngọc Bích
Translated from bài thơ Nhân Quyền Việt Nam Tôi Đâu
- Nguyễn Thị Thanh Bình

NHÂN QUYỀN VIỆT NAM TÔI ĐÂU?

Nhân Quyền của Việt Nam tôi đâu?
Quyền con người quyền sống bấy lâu
Vang lên đi, tiếng hát vực sâu
Cởi xiềng xích bóng tối âu sầu

Đứa bé mất nhà, tự do đâu?
Áo sờn vai kiếm chữ lội sông
Bới rác tìm hình hài chữ S
Rách phỉnh lừa những lời diêu bông

Không sợ hãi bước tới bình minh
Nông, công, thương, dân oan tội tình
Vẫn còn đây giọt lệ âm thanh
Đã tràn ly, rót vào lòng mình

Thế giới khóc, mà lòng đãi bôi
Đáy địa cầu chỉ đồng bào tôi
Chẳng thể làm người đâu, phải rồi
Đâu muốn làm người là được, ôi!

Tháng ba hoa tuyết thử lòng nhau
Trời căm căm mồng năm và sáu
Ngàn bước chân giẫm dấu chân đau
Tới D.C. đòi nhân quyền mau mau

Ngày lịch sử dựng lại nghĩa trang
Tuổi trẻ Việt tinh thần Việt Khang
Dậy mau, nhạc đổi gam tiếng súng
Vinh danh Đoàn Văn Vươn anh dũng

Phải thế chứ, tay nối bàn tay
Những trang anh hùng rợp cờ bay
Không thể thiếu, quê hương lưu đày
Trải qua phút oanh liệt từ đây.

FROM AN UMBILICAL STUMP

last night
I drifted like a handful of pink dust
scattered in the streets
no country no birth certificate
no ID no marriage license
no driver's license no permanent address
no social security
no credit card
no mortgage no car payment
no balance left for food or clothing
no… not a glimmer of moon
nor any trace of late wind
let all living things remain in their infinite silence
let me be some wandering speck
that swirls and blends into a predestined path
I lift, hurl myself
from a congested, unseeing life
in my impaired state

I can't find shelter
Laughing through my tears
I spin ceaselessly through the cycle of life
where do I come from
from where have I arrived
which kind wind will take me away
and make life light as breath...
passing through stars cold as the eyes of wild cats
which accident makes me fall into the wide gaping mouth of earth
shrouded by my pummeled, but rot-resilient flesh,
I am trapped for a hundred years in a living grave
it's because I have the soul of an orphan
still trusting the life source from my umbilical stump

Đinh Từ Bích Thúy
Translated from bài thơ Từ Một Cuống Rốn
- Nguyễn Thị Thanh Bình

TỪ MỘT CUỐNG RÚN

đêm qua
tôi phất phơ như đám bụi hồng rớt ngoài đường phố
không khai sinh tổ quốc
không căn cước giá thú
không giấy xe thường trú
không thẻ an sinh xã hội
thẻ tín dụng
nợ nhà nợ xe
nợ cơm ăn áo mặc
không… không cả dòng trăng nghiêng vằng vặc
không… không còn một chút gió khuya khoắt
ừ thôi vạn vật cứ nín thinh im bặt
ừ thôi tôi cứ là hạt bụi lất thất
bay… bay nhập nhòa cùng định kiếp
tôi bốc tung tôi lên
đâu thấy gì ở một đời sống nghẽn tắt
tôi mịt mù tưởng bệnh
cũng chẳng tìm được một bóng mát gọi tên
tôi cười trong nước mắt
vẫn quay tít không ngừng trong cuộc hóa sinh

tôi đến từ đâu
tôi từ đâu đến
ngọn gió từ bi nào mang tôi đi
cho đời nhẹ tênh
tôi đã đi qua những vì sao lạnh như mắt của
những chú mèo hoang
sự ngẫu nhiên nào làm tôi phải rơi tủm vào chiếc miệng
toang hoác của trái đất
tôi bỗng nát nhừ cùng xác thân ẩn mật
tôi đã bị nhốt trong mộ tối cuộc đời một trăm năm mà
chưa rữa thối
cũng chỉ vì tôi có một tấm lòng của đứa trẻ mồ côi
vẫn thật thà tin nơi cuống rún mình đã cắt ra

DEMOCRACY BOWLING BALL: TONIGHT HONG KONG, WAKE UP, VIETNAM!

Never more than now do we belong together
With trust stolen Vietnam no longer has a future
A future that in whose hand will fall, I wonder
With the youth hanging their heads, what tragedy will await us?

At no time like now do we go on and on:
With the people robbed of their land, what future awaits us?
With Justice and Freedom, at least one is human
But with a generation kowtowing, the danger of Chinese domination is apparent.

Democracy Ball: Hong Kong, the Mainland, Vietnam!
The Democracy Ball always sides with civil rights:
Hong Kong tonight, Wake up, Vietnam!
Bowling Ball: the game is now in Joshua Wong's hand
Which threw the ball knocking off the pins of ignorant dictatorship

From that day the clouds here are still hesitant
There remaining tears and smiles but no heart
The path of Vietnam is shortened with each step
As it moves forward or only toward Civil Disobedience, once.

Nguyễn Ngọc Bích
Translated from bài thơ Democracy Bowling Ball: Đêm Nay Hồng Kông, Thức Dậy Việt Nam!
- Nguyễn Thị Thanh Bình

DEMOCRACY BOWLING BALL: ĐÊM NAY HONG KONG, THỨC DẬY VIETNAM!

Chưa lúc nào hơn lúc này ta chỉ còn nhau
Niềm tin đánh cắp Việt Nam đâu còn tương lai
Tương lai Việt Nam chẳng phải rơi vào tay ai
Tuổi trẻ cúi đầu đất nước thảm sầu tới đâu?

Chưa lúc nào như bây giờ ta vẫn hoài đi
Người dân mất đất mất nhà tiền đồ còn chi
Công bằng Tự Do tối thiểu còn là con người
Thế hệ khấu đầu Bắc thuộc trở về hiểm nguy

Democracy Ball: HongKong, Hoa Lục, Vietnam!
Trái banh Dân Chủ nhân loại vẫn đứng về quyền dân
Hồng Kông đêm nay, thức dậy Việt Nam
Bowling Ball: trò chơi trong tay trời cho Hoàng Chi Phong
Tuổi trẻ nào lăn banh về kéo vỡ giàn độc tài ngu dân

Từ bấy giờ nơi chốn này mây vẫn chùng chân
Còn đây nước mắt nụ cười không còn tim can
Con đường Việt Nam rút ngắn trên từng bàn chân
Bước tới một lần hoặc chỉ một lần Bất Tuân.

WHERETO THE SURGING WAVES OF THE EAST SEA?

In this song I cry for our fatherland
To whose sea the bandits dare bring their oil rig
O Mother Vietnam, rubbing salt into our very heart
Pity the fishermen who had to brave the wide East Sea

From afar let us grab the hands of those honest folk
Hear the sea rage over the weighty fate of our land
Let's stand in memoriam, for our tears to fall down
On the fate of adults who had to overcome this

As Vietnamese who among us does not miss the sea
For we have spent our lives with "our" sea and islands
"Our sea" has yet to yield, whether to the enemy's
Big guns or the wild, wild raging waves

On the day when Vietnam will have lost its sea
The night will descend as we follow it
Let's pledge ourselves to "our sea"
As we mix our blood to the sea waves

Give back our fish to the Viet fishermen, and tears to our mothers
Even in death the fish will return to the sea
Where they were born, in that old sea
Next to Vietnam's Paracels and Spratly Islands.

Nguyễn Ngọc Bích
Translated from bài thơ Về Đâu Sóng Dữ Biển Đông
- Nguyễn Thị Thanh Bình

VỀ ĐÂU SÓNG DỮ BIỂN ĐÔNG?

Bài ca này tôi khóc cho quê cha
Nơi biển mình lũ giặc cắm giàn khoan
Mẹ Việt ơi, đây muối sát trong lòng
Thương anh chài, vượt hải lý Biển Đông

Từ phương trời xin nắm tay lương dân
Nghe biển gào tủi phận nước ngàn cân
Mặc niệm chung cho nước mắt ân cần
Bên nhau cùng vượt biển lớn thành nhân

Người Việt Nam ai mà không nhớ biển
Đi hết đời cùng biển đảo quê hương
Biển của ta không bao giờ khoan nhượng
Dù súng lớn quân thù, dù sóng dữ cuồng điên

Ngày Việt Nam đau buồn khi mất biển
Đêm xuống rồi tìm biển cũ mà nương
Biển của ta xin giăng đầy tâm nguyện
Đến đó ta cùng máu biển hòa vương

Trả cá ngư dân, trả nước mắt mẹ hiền
Cá dù chết cũng quay về với biển
Nơi sinh ra biển cũ kêu thầm
Hoàng Sa Trường Sa là của ta: Việt Nam!

POEM FOR LITTLE BIRDS

I know you will come
Like birds' songs in the human forest
I do not know the reason
You've chosen this path –
A journey of woe and pain

Perchance in a tiny fraction of time
Sunlight was born
From the sun's red teary eyes
Faith came from the innocence of children's songs
Sung by boys herding their buffalos on the dry grass
And you… by following the call of the wind
You've come

In the drifting dreams of mine
I feel the mother's body like the Queen of the Night
Moving step-by-step with the rhythm of time
She blooms gloriously in darkness
And you are the golden silk threads of her heart, exuding fragrance
Of love

And in the secrecy of my dreams
I saw you ride the wild wind
And land below
You were so proud on high, now on earth your first cry burst forth
Your first tears would nourish the green buds
Life would flourish because of you
And because of you I'd know
Of rebirth
When the city joyously put on a new coat
And things would go on thanks to you

You've come despite the insanity of it all
Flowers blossomed from the blood drops of sundown
Fire resumed from the grey ashes
Lessons of humanity continue
From generations to generations
From one misery to the next
And you… do not ask yourself if it was for pain or for love
But march on… bravely march on, rain or shine
There are arrows with no directions
The wind can change from a gentle breeze to be angry, sad, cold, or rough
There are limits to what one can do
A smile can be seen on the lips of the dead
While the living can walk around spiritless
Let's not think about it

Life is an olio to chew on
Which can paralyze the tongue, bleed the lips, or destroy the teeth
One may need to stop chewing
And start all over with a detox

Perhaps there is no other choice
Do come when you're ready
Just do not utter hateful words while wearing human skin
But be sweet like a songbird
Singing love songs
Without anger or hatred
Without doubts or deceit
Life will soon enough give you
Stormy nights

Diệm Trân
Translated from bài thơ Cho Chim Nhỏ
- Nguyễn Thị Thanh Bình

THƠ CHO CHIM NHỎ

(Tặng con gái yêu Mimi)

Ờ rồi thì con cũng sẽ đến
Như tiếng chim kêu trong cánh rừng nhân gian
Ôi làm sao ta biết được lý do nào
Con đã chọn cuộc đời
Làm chuyến hành trình khổ não

Có thể trong một khoảnh khắc tình cờ
Nắng cũng đã được sinh ra
Từ đôi mắt đỏ lệ của mặt trời
Niềm tin khai sáng từ những tiếng hát đồng dao ngây thơ
Của những mục tử quẩn quanh bờ cỏ cháy
Và con… thôi hãy vì những tiếng gió reo trên cây
Mà đến

Trong những cơn mơ bồng bềnh
Ta thấy thân xác người mẹ như đóa quỳnh
Xê dịch từng nhịp thở thời gian
Đêm nở bừng khai hoa
Và con có khi là lòng nhụy tơ nõn tỏa hương kỳ diệu
Của tình yêu

Cũng trong những giấc mơ bí mật
Ta thấy con cỡi trên những bạt ngàn của gió
Mà đáp xuống
Con kiêu hãnh như thế sao phải vì trần gian mà khóc
Ơi những hạt rụng nước mắt đầu đời đã cấy lên
những mầm xanh
Sự sống từ đây sẽ nhờ con mà mọc
Ta cũng sẽ nhờ con mà biết được
Ngày tháng hồi sinh
Thành phố rộn ràng thay áo mới
Tất cả sẽ vì con để tuần hoàn tiếp diễn

Con cứ đến mặc cho thế giới đang dở chứng cuồng điên
Hoa nở từ những giọt máu sót lại của hoàng hôn
Những ngọn lửa khơi dậy từ những tàn tro
Bài học yêu thương nhân loại vẫn cứ rền rền rao giảng
Từ thế hệ cha đến thế hệ con
Từ những tím bầm này đến những tím bầm nọ
Và con… xin đừng hỏi tôi sinh ra để khởi sự đau thương
hay yêu thương
Cứ bước tới… hãy mạnh dạn đến bên cuộc đời dù
nắng mưa bất thường
Có những mũi tên vô tình không định hướng
Có những cơn gió dịu dàng, phẫn nộ, vui, buồn, lạnh,
chướng
Có những giới hạn của con người
Có những người chết mới ngậm cười
Có những người sống chẳng khác đười ươi
Có cần gì phải thắc mắc trời ơi

Cuộc đời một món xào thập cẩm
Cố nhai đi nhai lại chỉ tổ làm tê lưỡi / rụng răng
/ rướm máu môi
Sẽ có lúc không buồn nhai nữa
Con người và cuộc đời đều cần đến món thuốc xổ

Đành rằng sẽ không còn một sự lựa chọn nào khác
Nên con cứ đến ừ thì con cứ đến
Nhưng xin con đừng tập nói tiếng loài ác thú
đội lớp người
Hãy cứ líu lo như chim nhỏ
Bài hát tin yêu
Không vướng mắc hận thù
Không nghi ngờ giả dối
Rồi cuộc đời sẽ dạy cho chim
Giông bão.

THE ROSE AND THE RIFLE

(In support of the Declaration of Support to Nguyen Phuong Uyen and Dinh Nguyen Kha as symbols of Vietnamese youth)

That rifle ignited the fuse of long-held aspirations
And this rose thorn pierces right through my heart
Who is it who robbed Phuong Uyen's smile of her dream
Dissolving my heart making it see the nation's ill

After the sentencing the streams and rivers run dry
An angel face destructs the demons routing them
It's because she's beloved of sun and rain
That in leave-taking she feels light fighting against
tyranny

On whose behalf does this rose blossom late
Unable to smile as a gift to the world
The sweet lips of Phuong Uyen so said firmly
And Nguyen Kha's bright eyes shined definitely, proudly

As you search for the dream floating through the days
Please sleep, o clouds, on her square shoulders
Out there is the Eastern Sea, in here her trial
Will there still be a bankrupted Vietnam after today

A pity that for loving her land and people
A swallow following the spring into the open sea
O youth, be a mirror to our nation
For this shameful trial must one day conclude.

Nguyễn Ngọc Bích
Translated from bài thơ Hoa Hồng và Khẩu Súng
- Nguyễn Thị Thanh Bình

HOA HỒNG VÀ KHẨU SÚNG

(Như một lời ủng hộ bản Tuyên Bố biểu tượng tuổi trẻ yêu nước Uyên; Kha)

Khẩu súng ấy châm ngòi cơn khát vọng
Hoa hồng này gai nhọn trái tim ngông
Nụ cười Uyên ai lấy mất mơ mòng
Hóa giải lòng mình để thấy non sông

Bản án ấy thôi rồi sông nước cạn
Dáng ai thiên thần quỷ dữ tan hoang
Cũng bởi nhờ mưa, nắng biết thương nàng
Chống ngược dòng đời nhẹ phút ly tan

Hoa hồng nở vì ai nở muộn màng
Không cho hoa nở cười tặng nhân gian
Môi ngoan của Uyên thanh xuân lỡ làng
Mắt ngời ngời Kha dõng dạc hiên ngang

Đi tìm giấc mơ trôi giữa tháng ngày
Xin mây quên ngủ trên áo vai ngay
Ngoài kia Biển Đông nơi đây án đày
Biết còn nhân sinh khánh kiệt niềm may

Phải tội em tôi yêu nước thương nòi
Én từ xuân đẹp sẽ về biển khơi

Tuổi trẻ ơi hãy là tấm gương soi
Phiên tòa ô nhục rồi cáo chung thôi.

O BOAT PEOPLE

April share all those who tear
Souls of the brave without a grave
Their bodies cold, wet, forlorn
O Boat people freedom awaits by the shore!

Arty Abel
Translated from bài thơ Thuyền Nhân Ơi
- Nguyễn Thị Thanh Bình

THUYỀN NHÂN ƠI

Tháng Tư người người về mắt lệ nhỏ
Hồn ma kia chết không một nấm mồ
Thân mình ướt sũng hoang lạnh bơ vơ
Thuyền nhân ơi tự do phơi bên bờ.

SHARING THE SAME DREAM

(In memoriam "Firebird" Việt Dzũng)

You and I sharing the same dream
We are a river anxiously waiting
In the dark quagmire where we are lost
You are gone, everything is now deserted

I cry for you with your many ambitions
A soul filled with endless yearnings
In a place where there are no moon nor stars
Where love poetry is empty of true verses

We share the same dream
But which verse is now a conflagration
That ignores love and even the future
O youth, o our long dream
Where man's destiny bobs and sinks--lucklessly

Sharing the same dream:
Do you know which time this is,
This nth time when we share exile, imprisonment?
I wouldn't mind, not even sacrificing my life
O brother, my heart is filled with blood debts
As I came here furiously in love with life

Then a namesake highway in foreign land will carry forward
Your dream of Human Rights to our old country

How I miss you with your sacred dream
Of one day seeing our land
Without the Communist Party and its chains
Living in peace, the peaceful sleep of a beloved fatherland.

You and I, we will shout the same shout
A shout of heartfelt patriotism
In the days of danger with us hand in hand
In the nights where we are assailed by doubts

You are a romantic feat
We are of the same mind protecting our land
On that day of conflagration we will step into the middle of the road
And "Firebird" you will fly up continuing our mission.

Nguyễn Ngọc Bích
Translated from bài thơ Chung Một Giấc Mơ
- Nguyễn Thị Thanh Bình

CHUNG MỘT GIẤC MƠ

(Gởi hương hồn "Chim Lửa" Việt Dzũng)

Tôi với anh chung cùng giấc mơ
Một dòng sông thao thức mong chờ
Trong vũng đời tăm tối bơ vơ
Anh đi rồi mấy nỗi hoang sơ

Tôi khóc anh ôm nhiều ước ao
Một vầng sao khao khát vô bờ
Nơi khoảng trời không thấy trăng sao
Nên thơ tình trống trải câu thơ

Chung một giấc mơ
Vần thơ nào giờ là đám cháy
Bỏ mặc tình bỏ cả tương lai
Ôi thanh xuân ôi giấc mộng dài
Nơi phận người chìm nổi không may

Chung một giấc mơ
Này tù đày lần này thứ mấy?
Chẳng ngại gì kể cả thân ta
Ôi anh tôi tim máu nợ đầy
Thương cuộc đời cuồng dữ qua đây

Rồi con đường mang tên anh nơi quê xa xứ người (1)
Nhân Quyền giấc mơ tiếc nhớ quê mình

Tôi tiếc anh mơ hoài giấc thiêng
Một ngày mai mơ thấy con đường
Không Đảng, xiềng gông quá oan khiên
Xây thanh bình giấc ngủ quê hương

Anh với tôi vang cùng tiếng than
Một lời ca yêu nước chân thành
Trong những ngày tay nắm nguy nan
Khi đêm về lắm nỗi hoang mang

Anh là thiên hùng ca lãng mạn
Trước sau như một giữ quê hương
Ngày bùng lên bước xuống lòng đường
"Chim Lửa" bay tiếp nối giang san.

(1) Viet Dzung Human Rights Memorial Highway

CLAIMING MY RIGHT TO BEING A NITWIT

No, I ain't going to waste my time caviling with God
Playing into the hands of a fella who loves kneading statues
Me who even in my worst moments of despair
Too late anyway
Entertain a second of blindness
Coming and going, whereto
Unable to fix my direction
In this saharic confusion of Life

*

What has God done with his lump of clay?
What have I done in a wink of time?
No, I don't wish to remember
The moths of Destiny
No, I don't wish to think of you either
A wisp of smoke, a thread of cloud, a dewy breath, a ripple of wave... (so be it!)
And of course there is no changing this chance meeting
Into a glorious eternity

*

That day so recent now so far away
That place where there were smiling lips
Reflecting the jellow of night
Leaves whirling deep into a dark pool of sensitivity
Flower secrets of accumulating moon streams
In between my legs is your jail
You go on sucking on the sacred grove
Rasping thirst after trails of kisses

*

In your sorcerer's hands
I feel like an army of apprentices
In this game of destiny
I have the right to dumbly love numberless men without sinning
Since God had blown into his lump of clay
A chilly wind that will last a thousand years...

Nguyễn Ngọc Bích
Translated from bài thơ Tôi Có Quyền Yêu Ngu Xuẩn
- Nguyễn Thị Thanh Bình

TÔI CÓ QUYỀN YÊU NGU XUẨN

Lẽ nào tôi lại đi cãi cọ nhằng nhì với Thượng Đế
Trò chơi của một kẻ thích nặn tượng
Mà trong những lúc sầu não nhất
Đã muộn rồi
Một phôi thai mù lòa
Đến và đi, đi và đến về đâu
Chưa định vị định hướng
Trong những hoang mạc của đời sống

Thượng Đế đã làm gì với mớ đất sét
Tôi đã làm gì trong chớp mắt trần gian
Không, tôi chẳng hề muốn nhắc tới
Những con thiêu thân ngược chiều ánh sáng
Tôi cũng không muốn nghĩ về anh
Như một sợi khói, một cọng mây, một hơi sương, một gợn sóng… (đành rằng như thế!)
Cũng không thể tất biến cuộc gặp gỡ này
Thành một thiên thu lẫm liệt

Ngày mới đó đã xa lăng lắc
Nơi đâu có môi cười
In miếng thạch vòm trời đêm
Lá xoáy sâu vũng tối nhạy cảm
Ẩn mật hoa những dòng trăng tích lũy
Giữa hai chân tôi là ngục tù anh
Mải miết hun hút cánh rừng thiêng
Khát vọng rát bỏng những đường hôn

Trong bàn tay anh phù thủy
Tôi chỉ là những âm binh
Trong trò chơi của số phận
Tôi có quyền yêu ngu xuẩn vô số đàn ông mà chẳng hề tội lỗi
Thượng Đế đã lỡ thổi vào cục đất sét
Một cơn gió lạnh đến ngàn năm...

IS WOMAN MAN'S PLAYTHING?

When a woman's egg denies all encounters
Sperms wriggle like a mass of maggots
Oops, sorry
I am just a doll who causes your infertility.

Alas, Adam! What are you searching for in these ovaries of lust?
You douse carnality onto a tuft of fine hair
You traverse the viscous, dewy depth
You rub and chafe your empty, mindless nub
Ah, it turns out you want to float up like a bunch of balloons!

Yeah, you can fly only by propulsion from an inferno jetstream
It's not much of a miracle, but didn't you say I am just a plaything

My poor arrogant Adam!
It doesn't matter if a john is also a gigolo
It doesn't matter if men are drowned in the excess of their own maleness
Sure, no matter since not only women are turned into trivial accessories!

Yet remain these prejudices that render me a bit irritated
Yet remain this tendency to stereotype and disparage, from envy and resentment
Perhaps life has depleted all prodigies and artists
What's left are boastful crows
And the commercial exchange of sensations
I am sorry dear but my exhausted heart is bankrupt!

Alas, it's time I exercise the right to copulate with defiance
Immaculately conceive with semen from a sperm bank
I only have to pay one hundred forty bucks for an aroused "sample"
No fear that your seeds will encounter a drought season
Your blood will surely be tested thoroughly
I can be at peace without reciting my repentance
In the name of the baby
I declare this fornication innocent!

There are nights I wish to break my sadness with the moon
And send blessings through frivolous kisses imbued with narcotics.

Lưu Diệu Vân
Translated from bài thơ Đàn Bà Là Đồ Chơi Của Đàn Ông?
- Nguyễn Thị Thanh Bình

ĐÀN BÀ
LÀ ĐỒ CHƠI CỦA ĐÀN ÔNG?

Khi trứng của người đàn bà từ chối mọi gặp gỡ
đám tinh trùng chạy lúc nhúc có khác chi giòi bọ
ồ xin lỗi
em chỉ là con búp bê nên làm anh tuyệt giống.

ôi Adam! Anh tìm gì ở những bầu dục vọng?
anh xối nhục cảm lên những cụm lông mịn
anh cỡi sâu bóng tối nhầy nhụa sương mỏng
anh thủ dâm nhàu nát khoái lạc rỗng
à thì ra anh muốn bay lên như những chùm bong bóng!

ồ chẳng qua anh bay được cũng nhờ luồng
khí âm phủ nóng
ồ phép lạ gì đâu anh chả bảo em chỉ là món đồ chơi

hỡi tên Adam kiêu ngạo đáng thương của em ơi!
có hề gì nếu anh là "male stripper" đon đả
nỗi cuồng dâm nhiệt đới
có hề gì nếu khách mua hoa cũng hành nghề đĩ đực
có hề gì nếu đàn ông thấm đổ mồ hôi dương cực
vâng, có hề gì nếu đâu phải chỉ đàn bà mới đem làm
thứ trang sức!

vẫn là những thành kiến làm em khá tức bực
vẫn là những thói tật xếp loại phê bình kiểu bôi bác hiềm tị
cuộc đời tưởng chết tiệt những thiên tài nghệ sĩ
chỉ còn lại thứ quạ kên vỗ ngực
chỉ còn lại những mua bán mặc cả cảm xúc
xin lỗi anh tâm hồn em đã quá bị phá sản kiệt sức!

ôi, đã đến lúc em có quyền giao phối thách thức
ăn nằm trinh nguyên với những giọt tinh trùng ngân hàng
em chỉ cần trả một trăm bốn chục đô cho một "sample"
động cỡn
đường tinh anh sẽ không sợ mất mùa hạn hán
máu của anh nhất định sẽ được thí nghiệm kỹ càng
em yên tâm khỏi phải cầu kinh sám hối
nhân danh đứa bé
em tuyên bố cuộc giao hoan này vô tội!

có những đêm tối em muốn cùng trăng vỡ xanh nước mắt
để chúc phúc riêng cho những môi hôn nông nổi
đẫm đầy thuốc phiện.

UNENDING SEASON

Like a corolla, you drink
the dewdrops
that fall from a field of darkness
as night washes all over you
The wind rises and swells
stiff the arteries of the universe
and the wilderness
is filled with the smell of grass
as I melt into you
The day melts in the sun
the road melts after the tree shades
bubbles melt after the shps in their wake
and snow ice cream melts on the winter lips
while II melt into your stream
like the sedge and reeds of memory
you blow desultorily on me
a point of fire
from yesteryear
Like leaves wrapping around a flower
we hold each other in
a season endless.

Nguyễn Ngọc Bích
Translated from bài thơ Mùa Vô Tận - *Nguyễn Thị Thanh Bình*

MÙA VÔ TẬN

Như đài hoa, em uống
những giọt sương
rớt từ miền bóng tối
đêm tràn lan khắp người em

Gió căng cứng
những động mạch vũ trụ
rừng núi hoang
thơm mùi cỏ dại
em tan trong anh

Ngày tan trong nắng
con đường tan theo những bóng cây
những bọt sóng tan cùng những con thuyền
những cây kem tuyết tan trên môi mùa đông
anh tan trong dòng sông em

Như những lau lách kỷ niệm
em thổi phơ phất lên anh
một đốm lửa
ngày xưa

Như lá quanh hoa
mình ấp ủ nhau
mùa vô tận.

THE PEACE BANQUET

Awake!... Quickly, get up!
Out there they are celebrating like mad, like crazy with wine made of mother's blood - to spice the fermentation
With a scrumptious spread made of father's marrow and brother's meat
Lighted by the green of young sister's convictions and the red
Of older sister's illusions, that add to the inebriating music

Peace is here! Peace is here, don't you see?
Awake!... Quickly, get up!
At the Peace Banquet, every guest is solemnly announced
You, an officer of the puppet army
You, a CIA operator
As for that one over there, a reactionary
The old lady there, a bourgeois comprador stingy with her donations to the Liberation Army…
We'll get a "superfull meal" that must yield to the watery "socialist" vegetable soup
The menu today is a hot soup made of tears crying for loss and expectation
Of each young widow, each orphan, old parents, a beggar and a streetwalker…
Not to mention the many dishes brought back from the New Economic Zones and from God-forsaken forests and swamps

On top of the live "Human Brain dish" slow-cooked in the Re-education Furnace
Peace is here! Peace is here, really?

Awake!... Quickly, get up!
How can we not come and partake
Of this splendiferous dinner that was not announced in full in the invitation card
With its "unbeatable" desert plate:
A grenade for the vanquished!
Peace is here! Peace... is here, how come no one's left?

Nguyễn Ngọc Bích
Translated from bài thơ Bữa Tiệc Hòa Bình
- Nguyễn Thị Thanh Bình

BỮA TIỆC HÒA BÌNH

Hãy thức dậy... thức dậy mau lên
Ngoài kia người ta đã trải qua những cuộc vui tưng bừng
như dại như điên
Có máu xương của mẹ làm rượu đẫm men cay
Có xương tủy của cha, có da thịt của anh làm mâm cỗ
vui mừng hôm nay
Có màu xanh của cuồng tín em, màu hồng của ảo tưởng
chị làm đèn, làm nhạc ngất say

Hòa Bình đã đến rồi! Hòa Bình đã đến rồi, ô hay!
Hãy thức dậy... thức dậy mau lên
Buổi tiệc Hòa Bình trân trọng điểm mặt khách khứa
đặc biệt từng tên
Anh sĩ quan Ngụy
Chị C.I.A. Mỹ
Thằng cha kia phản động
Bà già nọ tư sản mại bản không hết lòng "chi địa" quân
giải phóng...
Chúng ta tha hồ được một bữa "cành hông" chào thua
bát cơm rau "X.H.C.N." lọng bọng

Thực đơn hôm nay chế những giọt lệ mất mát chờ mong
của từng góa phụ trẻ, bé mồ côi,
cha mẹ già, lão ăn mày, gái mãi dâm... làm súp nóng
Và còn nhiều thức ăn chơi mang từ khu Kinh Tế Mới hay
tận rừng hoang nước đọng
Lại có cả lò Cải Tạo dùng hấp chín món "Óc Người"
tươi như sức sống
Hòa Bình đã đến rồi! Hoà Bình đã đến rồi, thật không?

Hãy thức dậy... thức dậy mau lên
Chúng ta đâu thể nào không đến
Dù bữa ăn thịnh soạn này đã không hề báo trước trong
thiệp mời đầy đủ
Món tráng miệng sau cùng "bất hủ":
Trái lựu đạn cho kẻ chiến bại
Hòa Bình đã đến rồi! Hòa Bình đã đến rồi, sao chẳng còn ai?

SEE YOU, MY SAIGON LOVE, IN 2016

Forty years, why does it not just stay in the Past?
A thousand nights of yearning for a street of yesteryear!
I haven't seen you, Saigon, my love, for a long time since I left
I'm like a purple cloud floating in the silence of exile
For forty years, I have lived a wandering life to forget
Like an exiled prince alone at nights, sleepless
Sword had been sharpened but will it ever be put to the test
Do you not know our country in actuality no longer exist
To live free, many years ago, from the homeland,
I had departed And our love were then ocean-wide separated
My life here, without you, Saigon, is like half-dead
Without homeland, don't think that living in exile is blessed
I will live to wait for the day the demons die
The patriotic anger in my heart still burns in the nights
I see the rain falling and I miss you so
Forty years, the rains still keep falling in my heart
Forty years, I promise to see you, Saigon
I cannot just write the diary of my love
A thousand years after, I would then be thought heartless
Let's together write the history pages of our Motherland.

Vuong Thanh
Translated from bài thơ Hẹn Em Sài Gòn Năm 2016
- Nguyễn Thị Thanh Bình

HẸN EM SÀI GÒN NĂM 2016

Bốn mươi năm sao chẳng là dĩ vãng
Vẫn nghìn đêm thương nhớ một con đường
Em đã lâu chưa bao giờ gặp lại
Ta mây tím giờ lặng nơi phương đoài

Bốn mươi năm dài chôn sống đời lãng quên
Vẫn còn đây thao thức một minh hoàng
Gươm đã mài xong sao chưa thành mệnh lệnh
Em đâu biết giờ nước mất hay còn?

Nghĩ cũng đáng ai bảo rời quê mẹ
Vì phận nước đành cũng lỡ tình nhau
Cứ tưởng xa người chết được cho mau
Mất quê hương mà vẫn sống như thường

Sống vẫn sống chờ quỷ dữ nằm chết
Hờn cố quốc còn réo gọi bên trời
Cứ thấy mưa rơi phải nhớ một người
Bốn mươi năm mà ngỡ mưa còn rơi

Bốn mươi năm xin hẹn em Sài Gòn
Đâu thể ngồi viết nhật ký tình ta
Ngàn sau nữa sẽ trách mình vô tình
Hẹn cùng nhau viết lịch sử quê nhà!

NIGHT WITHOUT POWER IN THE US

It was one of those nights, it seems
unlike any other night, a night of
thunderstorms that characterizes this
season in our city where there are plenty
But a thunderstorm-filled night in a
strange city is unbearable with its unending
rains, o of course there are always those
who forever wait day in and day out for a rain
a thunderstorm a torrential spring. To pour
down on a drought-ravaged life. What
for it's not sure nor is it necessary to know
why. And it never is clear why
thunderstorms can cause the lights to switch off
those scintillating lights out there. Out there
and I in here all of sudden are caught under
the stamping foot of the dark. Crushed
one night that must eventually go away
at least the worst part is not because
we find ourselves abruptly without power
(something that is rare indeed)

what is there remarkable about a night
without power as has happened countless times
where I used to live and love and…
where I still left a crescent of a moon
the difference being: at a far corner of a
strange land, there is this strange woman
in a strange night most strange of
all, wishing to find a little of a once familiar moon.

Nguyễn Ngọc Bích
Translated from bài thơ Tối Cúp Điện ở Mỹ
- Nguyễn Thị Thanh Bình

TỐI CÚP ĐIỆN Ở MỸ

Dễ chừng đó là một buổi tối
không giống một buổi tối nào cả
một buổi tối của những cơn giông
mà thành phố bước vào mùa này
đâu thiếu gì những cơn giông. Nhưng
buổi tối trong một thành phố lạ
với một cơn giông và mưa hoài
mưa hủy thì không thể chịu được
ồ, đành rằng vẫn có người này
người khác cứ dõi mắt lên cao
chờ từ ngày này sang ngày khác
một cuộc mưa một cơn giông một
nguồn thác. Chảy xuống chảy xuống trên
đời hạn hán. Để làm gì cũng
không biết hay không cần thiết phải
biết. Và cũng không rõ vì sao
những cơn giông lại có thể thổi
tắt được những ánh đèn lấp lánh
ngoài kia. Ngoài kia và tôi ở
trong này dưng không va kẹt lại
dưới bàn chân bóng tối. Dẫm nát
một buổi tối rồi sẽ đi qua
ít ra điều tệ hại đâu vì
buổi tối nơi đây bỗng cúp điện
(dù điều này quả thật hiếm hoi)

điện cúp thì có gì đáng nói
như điều xảy ra như cơm bữa
nơi tôi đã sống đã yêu và...
đã bỏ lại miếng trăng lưỡi liềm
chỉ khác là: ở một góc trời
lạ, có một người đàn bà lạ
trong một đêm lạ lại rất đỗi
lạ lùng: muốn tìm chút trăng quen.

YEAR'S END, WATCHING THE TRAINS GOING BY

Has the last metro train returned to the station yet?
Year's End already. Life feels so empty.
I'm still a refugee waiting and expecting....
Which train will take me back to my motherland.

Such a long time yet the train hasn't returned.
Standing here waiting, I want to cry.
Snow's falling here in the East on New Year's Eve
Stretching out my hands to catch drops of snow
Many years had passed since I left my homeland ... so long ago.

How can I know that the train will not return
A refugee only buys an one-way ticket.
Months and days, feeling like dying on the weary train of Life.
Anyhow, I will still stand and wait.
Even though already half a lifetime of exhaustion.

The night of New Year's Eve is foggy and dark.
Across the street, a homeless guy sings a sad bohemian song.
Who doesn't know the last train will drop by here.
We do not have even half a minute to say goodbye to one another.
Whether love or hatred in our hearts, we will get onto the train.
The wind had risen. Waiting for the train to return.

Vuong Thanh
Translated from bài thơ Cuối Năm Nhìn Những Chuyến Xe Qua
- Nguyễn Thị Thanh Bình

CUỐI NĂM NHÌN NHỮNG CHUYẾN XE QUA

Chuyến xe metro cuối cùng
về trạm hay chưa
cuối năm rồi
cuộc đời thêm trống trải
tôi vẫn làm người di dân
                                        mong ngóng mãi
chuyến xe nào mang tôi về quê hương

sao lâu quá chuyến xe
không về bến
tôi muốn khóc khi làm người đứng đợi
tuyết miền đông trời bỗng thả
giao thừa
đưa tay hứng
mấy mươi năm trời bạt xứ

tôi nào biết chuyến xe
                                    không hồi khứ
người tài xế da màu nhìn tôi không do dự:
"chuyến xe này không bán vé khứ hồi"
người lưu vong
sao mua vé một chiều (?)

ngày tháng chết chuyến xe đời
mệt mỏi
dẫu thế nào tôi cũng xin làm người
đứng đợi
hơn nửa đời
kiệt lực với hụt hơi
đêm 30 không đen
                                        mà khoảng tối trắng mờ

bên kia đường gã homeless đưa tay vào mồm
phù phù khoảng trống
điệu sáo miệng nghe rầu rầu
kiếp bô-hê-miêng
tôi cũng đâu còn sinh khí
để thổi vào những chuyến đi
người công dân hạng hai
chỉ muốn biết ơn những con người lương thiện

ai không biết
chuyến xe cuối rồi tạt ngang qua đây
chúng ta chẳng còn thêm cả nửa phút giây
hòng nói lời tiễn biệt chia tay
yêu hay hận
thì cũng lên xe thôi
nổi lửa cho rồi
chờ ấm một chuyến về.

---

[*]Xem: "Hoàng Ngọc Diêu – Tôi không hề bị quê hương từ chối", bài phỏng vấn do nhà văn Phạm Thị Hoài thực hiện.

BLOOD OOZING THROUGH ETERNITY

Don't cry any more, Dzuong Ha
the woman who pledges to become rock
a barbarian sadness
it doesn't matter
these woman's tears
eventually we will have our chance to laugh–
mysteriously
like those glorious lotus bulbs
after having shed tears in streams
plenty of them
streaming into rivers
like a river, a spring, like the ocean boiling
and waiting
for tears that will make us cross the vast ocean
even night must pass on
and the sun start gradually to dawn
when these two lips have tightly closed in defiance
your head held high as if ready to break off those
manacles
you have clearly awakened the sweet dawn
to roost forever

O that pain will never be enough
o the dawn that illuminates seven years of hatred
let the dark cells tell the dawn
about those sleepless nights
of misery
we are nearly permanent insomniacs
with crazy bright stars in quandary
and the round dream moon of an eternal horizon of freedom
when all around us our land is being painfully forcefed doses of Valium-like soporific drugs that make it impossible to open one's eyes
yes, let's use these dark cells to tell open-eyed hearts
about Liu Xiaobo's He who is sitting and counting day after day of broken moonlight
about Cu Huy Ha Vu's Dzuong Ha who will face the whirlwind in his place
about the Nobel Peace Prize awarded to a fatherland brimming with mad blood
when black hair is no longer permitted to be sad in ignorance
compensating fully for mankind's flower baskets of gratitude
baskets that are stolen, taken away out of shallow, absurd lowly motives
about two unacknowledged condoms belonging to a sadistic and cruel regime
as randy as tyrants and autocrats of yore
who gang up on a spindly S-shaped country already down
about vengeful retaliations that know no self-respect from a government

used to callous loss of face in public relations, in economics
used only to bragging and sophistry like discarded loudspeakers
useless
and forever anti-scientific
about police-state persecution dramas that reach to the marrow and bones
of Mother Vietnam
oblivious to the bodily pain and crushes of its victims
about a young generation without a future, and the wailing funeral trumpet
of talented lawyers born in the wrong country of the jungle
about women destined for cheap sale abroad
in a life of beauty unfortunately left in the hands of bandits
a charge unheard of in the indictments of human history
like human trafficking (are the victims still humans?)
which was unheard of before
abetting a hell that is now classified as the third world
no more, let's turn off all these cold moon auras which are now paralytic
and put away those unfeeling rhymes that are of no use
come to think, could it be…
that we are only dead chickens
chickens having swallowed rubber bands, with heads in a lasso
in impotent cowardice
they have cut off the necks of one, two,
and bunches of people
as if we were ducks whose time has come

to serve as offerings in a blood banquet
look, those mouths are grossly chewing on and gurgling down
that congealed apocalyptic blood dish without feeling the gnawing chill
it's about time that we must, in the name of Apocalypse
Fuck that Mother fucker Do Muoi and say No one can in the name of Evil
surrender to stupidity
how can we give expression in an immortal verse
"blood oozing through eternity!"
a verse by Nguyen Duc Son who has taken leave of everything, debts, food, emoluments
no, blood must ooze right now, from this very second and splash
not waiting until eternity
for the poisonous blood in their bodies does not have any chance or place
to get dialysis
it can only hang like parasites on the red blood of hatred
for we are like Pham Hong Thai's intent bombs at Shamian
which have been timed to explode
regardless of dogs wailing or cats miowling
an unexploded bomb o an unexploded bomb
we cannot be solitary like those immobile corpses
for yes, if we can ask and go to the bottom of things
asking them how they could keep for themselves
sixty years of Blood mixing

Poisonous Blood
in a clever and supreme dumbness
then what can we say

about this kind of sand castle justice
a kind of trial non-existent in the dictionary of
cannibalistic animals
and if such is the case then why do we keep on asking for
a proper trial
when even the fake show has to race away
so as to put an end to the farce, to the circus
and we too will race also
to form a tsunami of truth
that would mightily wash away
those dirty banks of power and ambition
that is why the prisoners of conscience and Cu Huy Ha
Vu go on being cool and calm
haughtily watching the prison bars call to the dawn and
smile like Buddha when he watched the flowers the
blood of Truth cannot be half white and half black we
cannot possibly continue to cry and lament and being
patriotic
when will we be able to shake off and act like that
Japanese citizen who stood up and sacrifice himself by
cleaning up death in Fukushima
April
still is the cruelest month
a very sad thing to remember, not at all joyful still a very
sad reminder of the country's top criminals April
where can we find a detox to make one forget people
who keep on sleeping
as if the night is only slightly illuminated by the hazy
moon
April, where the prison bars are dawn burns in the
prisoners' eyes
as the sun gradually goes to the top of the sky but the
corpses have yet to be quiet in their graves ceasing to

complain and lament they still are sunflower destinies
condemned all these years to faith
Don't you cry, Dzuong Ha even though we only wish to be regular citizens
in a normal country, not an abnormal one
fly-class fighters who only express their love of country and people
who despite their absolute insulation never once give a second thought
so it's laughable to see the indiscriminate crudities
and rage of the jungle beasts who have lost their mind
they are the one to prostitute their mouth to feed their bellies
they have, are and will be turning us into abandoned and naked people
with a little shame left and courageous speech
with Dzuong Ha's hero
noted in the history books
of our century
don't cry... or it may be just Dzuong Ha's dry tears
swallowed inside into her
for we no longer are babies
little red riding hooded girls that can easily be lured
by a pack of peace-tearing wolves
don't you cry, myself, even though the rain is blossoming white
tomorrow it will be bright again
at dawn.

Nguyễn Ngọc Bích
Translated from bài thơ Máu Trào Thiên Cổ
- Nguyễn Thị Thanh Bình

MÁU TRÀO THIÊN CỔ

(Gởi N.Đ. Sơn, N.Đ. Thường, N. Viện, N.T. Hiệt, Thấm Vân & Chân Phương)

Đừng khóc nữa Dương Hà
người đàn bà nguyện sẽ hoá đá
buồn man di
có hề chi
những ngấn lệ nữ nhi
chúng ta rồi sẽ được cười tươi thật kỳ bí
như những nụ sen thắm uy nghi
sau khi đã nhỏ lệ ròng ròng
hàng hàng lớp lớp
tuôn thành dòng
như sông như suối như biển nóng hổi sục sôi
chờ mong
nước mắt sẽ mang chúng ta vượt qua biển lớn
đêm rồi cũng qua
và trời cũng dần dần hé sáng
khi hai bờ môi ấy đã mím lại khinh mạn
dáng người ngẩng cao tuồng như bẻ gãy những chiếc
còng số 8
đã dõng dạc đánh thức bình minh dịu dàng
ấp ủ miên man

Ôi, niềm đau ấy có bao giờ là đủ
ôi, bình minh thắp sáng bảy năm hận thù
ngục tối
ôi, hãy nhờ ngục tối để nói với bình minh
về những đêm tàn không ngủ
điêu linh
chúng ta là những kẻ mất ngủ kinh niên
với những vầng sao thao thức như điên
và trăng tròn mơ mộng của chân trời tự do miên viễn
khi quanh mình đất nước đang bị tộng vào đau điếng
những liều lượng thuốc ngủ mỵ dân không cách chi mở mắt
vâng, hãy nhờ ngục tối để nói với những trái tim mắt mở
về Hà của Lưu Hiểu Ba ngồi đếm từng ngày ánh trăng tan
về Dương Hà của Hà Vũ rồi sẽ thay chồng nhận gió uy vũ
Nobel hoà bình cho một tổ quốc máu cuồng lên ngực
khi dòng tóc biếc đã không còn được phép sầu muộn
vô mình
bù đắp tận tình cho những lẵng hoa biết ơn của nhân gian
đã bị cướp đi vì lòng đê tiện phi lý nông cạn
về hai bao cao su vô thừa nhận của một chế độ hà hiếp
bạo dâm
và hoang dâm như những hôn quân bạo chúa
bề hội đồng cả một tấm hình hài chữ S nhiều khuất phục
về những đòn thù sẵn sàng từ chối lòng tự trọng
của một quốc thể
cho những chai lì trước những mất mát sĩ diện giao tế
kinh tế
chỉ giỏi khoác lác ngụy biện như những cái loa phế thải
không còn hiệu ứng
và mãi mãi phản tác dụng khoa học

về những tấn tuồng trù dập công an trị đến tím bầm
xương tủy
mẹ Việt Nam
và bất cần đến những ai phải thân tàn hoại hủy
cho một tuổi trẻ Việt Nam đã không còn có ngày mai,
và kèn ma ai oán
của những luật sư tài hoa sinh lầm xứ sở rừng rú
về những thân phận đàn bà rẻ rúng gả bán xứ lạ
ôi trong cuộc làm người khá đẹp chỉ tội đã lỡ trao đất
trao nước nhầm tướng cướp
chưa từng có trong những bản cáo trạng lịch sử loài người
cũng như nạn buôn người (liệu có còn được gọi là người?)
vô tiền khoáng hậu
cưu mang địa ngục xếp vào tầng thứ ba thế giới
thôi, hãy tắt đi những vầng trăng lạnh đã đến hồi liệt kháng
và xếp lại những vần thơ vô cảm chẳng giúp được
điều chi cho cam
nghĩ cho cùng, không lẽ...
chúng ta chỉ là những con gà chết
gà nuốt dây thun thắt vào cổ thòng lọng
những đớn hèn bất lực
bọn họ đã cắt cổ một người, hai người,
từng đám người
như cắt cổ những con vịt tới số
làm vật tế thần cho những bữa tiệc máu
kìa, những cái miệng nhai ngồm ngoàm và nuốt ừng ực
món tiết canh thời mạt vận mà không hề biết cảm lạnh
rưng rức
đã đến lúc chúng ta phải nhân danh ngày mạt vận
Đ(ỗ) M(ười) và không ai có thể nhân danh tội ác
và những thần phục ngu xuẩn

phải nói thế nào đây hỡi câu thơ bất hủ
"máu trào thiên cổ" của một Nguyễn Đức Sơn tách biệt
khỏi những nợ nần cơm áo bổng lộc
không, máu phải trào ra ngay bây giờ, từ phút giây này tung toé
chứ không thể đợi đến ngày giờ thiên cổ
máu độc trong người bọn họ thì đâu còn cơ may nào
và không còn chỗ
lọc nổi
chỉ còn nỗi bám víu vào những luân lưu máu đỏ hờn căm
chúng ta là những quả bom sa diện Phạm Hồng Thái
đăm đăm
đã đến giờ hẹn nổ
mặc cho chó tru mèo gào
một trái tim hao ơi một trái tim hao
chúng ta không thể cô đơn như những xác chết nằm
bất động
ờ nhỉ, nếu chúng ta có thể hỏi cho ra lẽ
bằng cách nào bọn họ cứ khăng khăng giữ cho riêng mình
đã 60 năm cách pha chế Máu
Độc
một cách quá đỗi u mê tài tình
vậy thì chúng ta còn muốn nói gì nữa
về thứ công lý của những lâu đài cát
chữ phiên toà không hề có trong tự điển của loại thú rừng ăn thịt đồng loại
và như thế tại sao lại cứ phải đòi hỏi
một sự xét xử
khi mà sự trá hình cũng phải ra công chạy nước rút
cho xong một màn diễn một gánh xiệc một trò hề
nhưng chúng ta thì cũng sẽ chạy nước rút

cho một cơn sóng thần của sự thật
sẽ đến cuốn phăng đi
những bến bờ tham vọng và quyền lực bỉ ổi
và như thế những tù nhân lương tâm và Cù Huy Hà Vũ
cứ "bình tĩnh", vẫn bình tĩnh
ngạo mạn nhìn những chấn song vẫy gọi bình minh
và cười như Đức Phật khi nhìn những đoá hoa
máu của sự thật không thể nửa trắng và nửa đen
chúng ta không thể tiếp tục khóc lóc, than vãn và
yêu nước
bao giờ thì chúng ta mới có thể hành động
như một công dân Nhật đứng dậy xả thân
dọn dẹp với tử thần
lò nguyên tử

Tháng tư
vẫn cứ là một thời khắc rất buồn
vẫn còn là một nơi chốn nhớ về không vui và rất buồn
vẫn là những tội đồ đất nước rất buồn
tháng tư
biết tìm đâu ra một loại thuốc giải mê
rất phê
những con người im ngủ
như đêm vẫn yếu ớt từng vệt trăng lu
tháng tư, nơi những chấn song tù
bình minh ở trong những đôi mắt rực lửa
mặt trời đang dần lên thiên đỉnh
mà những tử thi thì vẫn chưa chịu mồ yên mả đẹp
thôi van nài rên rỉ mà chi
vẫn là những số kiếp hướng dương
bao năm rồi cấm cố
niềm tin

Đừng thèm khóc Dương Hà
chúng ta dẫu chỉ muốn làm một công dân
bình thường
trong một đất nước bình thường chứ không phải bất
thường
thứ dũng sĩ hạng ruồi biểu tỏ lòng yêu nước
thương dân
và đơn thân độc mã nhưng không một chút lưỡng lự
phân vân
thì buồn cười thay cho những tàn tệ bất phân
những giận dữ của bầy thú rừng mất khôn
chính bọn họ và không ai khác điếm miệng nuôi trôn
đã, đang, và sẽ biến chúng ta, những con người bơ vơ
trắng trơn
với một chút liêm sỉ và ít nhiều khẩu khí
người hùng của Dương Hà
đã có tên trong danh sách
thế kỷ
đừng khóc nhé tôi ơi, dẫu mưa đang nở trắng
ngày mai trời lại sáng
bình minh.

THE ABSENT PRESENCE

(Inspired by the empty chair reserved for Liu Xiaobo)

Now seen behind the prison bars
the man
tall, broad forehead
behind lenses reflecting the illusion of life
glimmering transparent glasses with black borders
what is he thinking about
how is he doing
turning round and round in his strong yearning
to write an uninterrupted love poem
to life
or to He, his constant companion
the black-and-white story of his life
like a flitting thought about his only quandary
when the blue sky is no longer blue
like a promise
the day the sun gives birth to dawns
when out there
sun and rain and tempests
do not cease tracking
romantic deer
bold to the point of wild
passion
in the forests of the land
when real super butchers
go on coveting
each square centimeter of flesh

of slave bodies
nonetheless
when zillions of daydreaming, dreaming day
or fearful fake sleeping, forgetting to sleep
I'm still confident
the sleepless little mice still turn to you, head lowered
watching in their pullulation
simultaneously
with the anxious moon far away
I think that possibly only you
exactly like a whale sleeping with one eye
open
while the other opens to follow the window of the soul
of mankind
you do not, of course, close both eyes
for the unjust dead of that June are still around
in the squares
where youths fall
extraordinarily
oh yes, whenever horrible cries still tear up
dreams that are so human
whenever the pride
of being free
free to be humans
is broken to pieces
whenever and until that time
when the Vietnamese intellectual prisoners of conscience
will intently take after you
when the impotence of ants
still makes them strive to climb up beyond the wall
when justice is stepped in the face

by the boots of the "big shots"
demanding that I do this way or act that way
even silently walking on the right side one can still fall
flat on one's face
by the persistance resistance desistance decisions
that daily violate every sentence and every word
it seems that only in one's dreams
can one happily and delightfully
catch a humongous wave
that rises in the blue ocean
(o the ocean of life always blue, the bluest of blues)
carrying the shape
of his inviting courage
that is why
if we were talking about the empty chair in Norway
then his absence
is equivalent to his being there
the empty chair of absence
is still as if it carries a spiritual presence
something moving in a still life
the empty chair in the honor spot
as if hanging
between life and death
when he himself has chosen a ground of death
to see rebirth once again
so that he will be engraved in the symbolic
pitiable dream of being a Human
a universal Human
with aspirations extraordinarily common
that cannot be repressed
something that I have yet to understand yet...

can it be that my country is too small or our courage and tragedy
is not big enough (?!)
at any rate we still need, very much need your serious concern
(wish that we not be part of some political imperative)
as when people speak about a country full of blood and tears
war and pity
with sincerity
as for what remains
behind the empty chair
is still the brazen show of force
the final roar of a ferocious wild beast
the indictment still fresh with ink
for a kind of old lion
it's much better that we cover our face and run éperdument
at the end of the forest
of world
human kindness.

Nguyễn Ngọc Bích
Translated from bài thơ Nỗi Hiện Diện Vắng Mặt cho Lưu Hiểu Ba - *Nguyễn Thị Thanh Bình*

NỖI HIỆN DIỆN VẮNG MẶT

(Cảm hứng từ chiếc ghế trống của Lưu Hiểu Ba)

Bây giờ qua những chấn song
người đàn ông
vầng trán cao rộng
sau lăng kính hư ảo cuộc đời
long lanh kính trắng gọng đen
đang nghĩ gì
đang ra sao
đang loay hoay mong mỏi mãnh liệt
được viết bài thơ tình không dang dở
cho đời sống
hay cho một Hà luôn đi bên cạnh
bức tranh sáng tối đời ông
như một nghĩ về duy nhất trắc ẩn
khi trời xanh đâu còn xanh nữa
như một lời hứa
ngày mặt trời hoài thai những rạng đông
khi ngoài kia
nắng mưa bão bùng
vẫn không ngừng truy lùng
những chú nai lãng mạn
liều mạng đến mê đắm
nồng nàn
trong những khu rừng xứ sở

khi những tên đồ tể siêu đẳng thứ thiệt
vẫn tiếp tục dở trò ham muốn
trên từng phân vuông da thịt
của những kiếp đời nô lệ
dù sao
khi cả tỷ tỷ người ngủ mê, mê ngủ
hoặc nơm nớp vờ ngủ quên, quên ngủ
tôi vẫn chắc như bắp rằng
bầy chuột con mất ngủ vẫn cúi đầu hướng về ông
ngắm nhìn lúc rúc
đồng một lúc
với vầng trăng thao thức xa xa
tôi nghĩ có lẽ chỉ mình ông
hệt chú cá voi nhắm một con mắt
khi ngủ
con mắt còn lại mở theo cánh cửa sổ linh hồn
của nhân loại
ông không nhắm cả hai mắt, đã đành
vì những oan hồn tháng sáu vẫn còn vất vưởng
ở nơi những quảng trường
rụng rơi tuổi trẻ
phi thường
phải rồi, bao giờ những tiếng kêu vẫn còn xé nát
những giấc mơ rất người
bao giờ niềm kiêu hãnh
được tự do
làm người
bị vỡ tan từng mảnh
bao giờ và cho đến bao giờ
những người tù lương tâm trí thức Việt Nam

cũng sẽ hẳn theo dấu bước ông
khi nỗi bất lực của bầy kiến
vẫn cố gắng loi ngoi trèo qua từng bờ tường
công lý bị chân lý của kẻ cả
quẫy đạp
cứ tôi phải thế này, tôi phải thế nọ
cứ lặng lẽ đi bên lề phải thì vẫn bị té dập mặt
ở những kiên định chỉ định quyết định
hiếp dâm từng lời nói từng con chữ từng ngày
dường như chỉ khi nằm mộng
tôi mới được sảng khoái và thống khoái
khi chụp bắt một con sóng vĩ đại
trào lên giữa biển xanh
(ôi biển đời vẫn xanh khướt khướt xanh)
mang bóng dáng
dũng cảm gọi mời của ông
bởi vậy
nếu chỉ là chiếc ghế trống ở Na Uy
thì ông không có đó
cầm bằng như ông đang có đó mà thôi
chiếc ghế trống vắng mặt
vẫn thấy còn hiện diện một uy linh
một nỗi gì của tĩnh mà động
chiếc ghế trống để ở giữa
như hai bờ
đu dây sinh tử
khi chính ông đã chọn những cái tử địa
để được sinh ra lần nữa
để được khắc sâu vào biểu tượng
ước mơ tội tình của một Con Người
Con Người khắp địa cầu

với những khát vọng rất đỗi bình thường
không thể chìm sâu
điều mà tôi chưa hiểu được vốn là...
có phải đất nước tôi quá nhỏ hay lòng dũng cảm
và nỗi bi thương
chưa lớn đủ (?!)
dù sao chúng tôi vẫn cần rất nhiều sự quan tâm thao thiết
(giá gì không hề nằm trong những áp đặt chính trị nào đó)
như khi người ta nói về một đất nước đầy máu lệ
chiến tranh và thương xót
một cách thành tâm
điều còn lại
đằng sau chiếc ghế trống
vẫn là thái độ dương oai trâng tráo
tiếng gầm sau chót của mãnh thú rừng tàn bạo
bản cáo trạng vừa được viết ra
cho một thứ sư tử già
tốt hơn là nên ôm mặt chạy mải miết
ở cuối bìa rừng
nhân bản
thế giới.

FORKED ROADS

Why are you not my lover
and why am I not yours
as we are meeting at a forked road
where you are holding a woman kissing her
another woman. And you are about to leave
here he and I are also holding and kissing
then he disappears at a forked road
taking for granted that nothing can be
decided beforehand, especially something
that is neither beautiful nor can be changed
loves that stand at forked roads
with passionate kisses, quick ones at red lights
and yellow ones. Kisses to knock off green light
paradoxes. For a happiness that cannot be
real. For is there ever a happiness that is
real? No. Not every kissing lip can be
equated with another lip. A kiss in the dark
is an illuminating kiss. And the kissing lips of
bearded men are totally different
from the kissing ones of a man who has

just been shaved. The kissing lips of someone
who likes to smoke cannot possibly carry
the taste of some gum-chewing guy waiting
for his gal at a forked road. Yet they
both said goodbye. All three of us going
our different ways. Just like life with its
multifarious roads. And any road I take I
can only find a-little-of-this-man here and
maybe a little-more-of-him in that other
guy. At forked roads or even crossroads
that split four, five or six ways. And nowhere
is that man, the lover I yearn for,
him. It can't be him who has vanished
at a forked road. With the white clouds.

Nguyễn Ngọc Bích
Translated from bài thơ Ngã Ba- *Nguyễn Thị Thanh Bình*

NGÃ BA

Sao em không là nhân tình của anh
sao anh không là tình nhân của em
chúng ta vừa gặp ở một ngã ba
nơi này anh đang ôm hôn một người
đàn bà khác. Và lại sắp chia tay
nơi này em và hắn cũng hôn nhau
rồi hắn lẫn vào một ngã ba đời
cầm bằng như không ai buồn định trước
một điều gì, nhất là một điều gì
chẳng đẹp mà cũng chẳng thể đổi khác
những cuộc tình đứng giữa ngã ba đường
hôn khát khao hôn vội vã đèn đỏ
đèn vàng. Hôn xô ngã những nghịch lý
đèn xanh. Cho một hạnh phúc không có
thật. Mà hạnh phúc thì làm gì có
thật. Không. Không phải môi hôn nào cũng
giống môi hôn nào. Môi hôn bóng tối

môi hôn rực sáng. Môi hôn của những người đàn ông để râu hoàn toàn khác môi hôn của những người đàn ông vừa cạo râu. Môi hôn của hắn thích mùi khói không thể mang hơi hướm của chàng trai khoái nhai chewinggum chờ đào ở một ngã ba kia. Mà rồi họ cũng đã chia tay. Cả ba chúng tôi ba đứa đều ba ngã. Như đường đời vạn lối. Lối nào rồi cũng chỉ thấy một-chút-hắn ở người đàn ông này và có thể nhiều-chút-hắn-hơn ở người đàn ông kia. Nhưng ở ngã ba ngã tư ngã năm hay ngã sáu. Ở đâu thì người đàn ông ấy cũng không là hắn. Không thể là hắn, đã lẩn khuất nơi một ngã ba đời. Mây trắng.

AS THE SEA BIRDS GIVE SIGN OF A STORM COMING

No, a thousand times No, it couldn't be
this sight of men besting wolves to other men
men murdering others, turning cannibals
what brothers have robbed us of our sweet star fruits
o evil return for the story of gold in exchange for stolen fruits
what brothers would fill their wide pockets full

O Dieu Cay, why would you go on writing your sentence intrepid
And you too, Ha Vu, you raised a galaxy of mighty power
they threw you in jail, to live with ghosts
nine hundred prisons for ninety million sad songs
three hundred schools training evil security cops
youths imprisoning other youths bursting out in tears
my tomorrow, is there such a thing?

No, a hundred times No, a billion times No
in whose name, for which manifesto dare they chop off your hand
searing pain, my soul falls apart at the news
of your hand mutilated, your hand falling off, o Dieu Cay

your hand trying to hold on to the Fatherland
here's my foot, can I offer it so they can chop it off too
on sundays should we just sit around and watch
Saigon sits Hanoi stands while other parts of the land
stay lying
not sure why, just to lie in angry ambush
and like that far away half around the world
millions of Vietnamese have been yelling all these years
the Statue of Liberty
must one day replace the Mummy in Ba Dinh

No, it will still be a No learned from a previous life in
exile
when you were like a storm-forecasting bird
flapping your wings to summon some tragic souls
when your song has echoed the song of parting
thus, how can we not know what to do
what to do so as not to get our minds frustrated
so that you are not pursued by a string of because's

between the limit of fear and majestic shame
when you found yourself in a lonely place. For even non-
action
will not free you from the danger of losing our land.
As for me, a non-entity,
why should I be concerned
with a little parting?

Nguyễn Ngọc Bích
Translated from bài thơ Khi Loài Chim Báo Bão
- Nguyễn Thị Thanh Bình

KHI LOÀI CHIM BÁO BÃO

Không, ngàn lần không vạn lần không
người với người sao còn hơn chó sói
người giết người ăn thịt cả giống nòi
anh em nào tước đoạt vòm khế ngọt
ôi ác báo ôi ăn khế trả vàng
anh em gì tọng đầy túi ba gang

Điếu Cày ơi, viết chi hoài bản án
hiên ngang
Hà Vũ nữa, dấy thiên hà uy vũ
bỏ tù đi, cho ngươi ở với ma
chín trăm nhà tù chín mươi triệu thương ca
ba trăm học đường kẻ ác hí ha
tuổi trẻ giam cầm tuổi trẻ khóc òa
ngày mai của tôi đâu có ngày mai

không, trăm lần không tỷ lần không
nhân danh gì tuyên cáo chi cướp mất tay anh
đau đớn quá linh hồn tôi cũng rụng
theo tay anh... theo tay anh Điếu Cày hỡi
tay anh đó vì ôm giữ tổ quốc mà đứt đoạn
chân tôi đây dễ gì nộp mạng chặt nốt cho đành
những chủ nhật đâu chỉ biết ngồi ngóng canh
Sài Gòn ngồi Hà Nội đứng những miền đất nước nằm
sao chẳng rõ chỉ để mai phục căm căm
và như thế ở nửa vòng trái đất xa xăm
có triệu người Việt Nam réo gọi bao năm
nữ thần tự do
sẽ phải thay cho xác chết Ba Đình

không, triệu lần không tỷ tỷ lần không
nỗi hung hãn bạo tàn đâu chỉ làm tôi ngấn lệ
tôi phải đứng dậy xăn tay áo ngẩng đầu ngửa mặt
mặt tôi ngước lên để ngạo nghễ mặt trời
thiêu đốt mặt trời đỏ thiêu đốt lũ đười ươi
sao dẫm nổi mặt tôi... dẫm lên hào sảng Việt Nam
thế này đây mà gọi là đồng chí là anh em một nhà
đã nghìn năm trước sao còn muốn ngàn năm sau nữa
kẻ tội đồ bán nước hay cướp nước cũng như nhau

không, đời đời kiếp kiếp vẫn là không
những trái tim vẫn đập từng hồi sóng vỡ biển đông
cầm tay nhau để không bị chặt tay mà đòi lại bàn tay
cho một Điếu Cày... cho một Điếu Cày chảy máu tự do
hãy níu lấy bàn tay nắm giữ những bàn tay khao khát ấm no
bàn tay không khuất phục của nhà thơ nhà báo tự do
ơi, sao viết hoài viết hủy vẫn chưa xong hai chữ
tự do

không, vẫn là không của một tiền thời lưu kiếp
khi anh như loài chim báo bão
đã đập cánh gọi kêu linh hồn ai ảo não
khi tiếng hót đã vọng vang bài ca vĩnh quyết
vậy lẽ nào chúng ta chẳng biết làm gì
phải làm gì cho không uất ức thần trí
không bị truy đuổi của những bởi vì
giữa biên giới sợ hãi và hổ thẹn uy nghi
khi một mình khoảng vắng. Vô vi
họa mất nước cũng đâu thể thoát đi
tôi, kẻ thất phu
sá gì
chút phân ly.

FLEE, DARLING, INTO MY DREAM

Where is it, darling, my oxygen?
How can I breathe now
The dusk, too, wept with eyes still blood shot
To the point that lips grew gradually purple
Yet that moon will never come back
Not even a faint trace
Or even a leaf-shaped dreary splotch of darkness
How can that be? How?
Memories, memories that refuse to retire into dreams!

Of course, here I am still, and still breathing
Still walk, stand, talk, laugh, still gesturing and still remembering
Problem is
I am lost at the razor's edge between Happiness and
        Suffering
Which is why my memory isn't quite straight, shifting
        as it does like an illusion
And, darling
What illusion doesn't fly away – like a lover who
        has grown wings?

Our song, then, has flown away
Broken also are the frets of that ancient instrument
Flown, too, the long rains of kisses
The soothing wound no longer awake in me
And the sea no longer waits for an inebriated step on
the sand
And the waves are done with the doings of sandcrabs
every day
And... and so what remains
Leaves me the richest person in the world as far as
bitterness is concerned
And you a king shorn of palaces and drunken parties
Shorn, too, of me as your "beloved" consort

Who told you that the heavens contained in my eyes
are sadder than the July rains
Who told you that the mirror of my soul will splinter
the most recalcitrant tears
Who told you that Love is a reality?
Who told you that long-legged women like to swing
that they are ready to rock-and-roll from one
encounter to another split up
Why didn't you keep the winds bound as in a case?
O empty clam shells, childhood summers and ashes...
Had I been able to read the bad omens

Had I not put all my stakes on flames
Flames that fell victim to a melancholic
Splendor
That froze my poems

Then today
I would have a hundred things to share with you and
not just a dream
Indeed, we have not been wholly unfortunate
For our yearnings then were still so glorious!
What aspiration, what yearning is without danger
of explosion?
Please, flee into my dream!
Flee, darling, into my dream!
Please keep my dream a sweet one
Let's pull up the sheet to keep that dream real warm
Who knows
Memories might feel bone-chilling
For they are not warmed by our dream...

Nguyễn Ngọc Bích
Translated from bài thơ Trốn Vào Giấc Mơ Em
- Nguyễn Thị Thanh Bình

TRỐN VÀO GIẤC MƠ EM

Này anh, dưỡng khí của em đâu rồi?
Em làm sao thở nổi
Hoàng hôn cũng vừa khóc hai mắt đỏ hoe
Đến tím dần đôi môi
Mà vầng trăng ấy vẫn không bao giờ trở lại
Một dấu mờ cũng không
Một khoảng tối đìu hiu dáng lá cũng không còn nữa

Nhưng lẽ nào… lẽ nào…
Kỷ niệm… kỷ niệm cũng chưa chịu lui vào những giấc mơ!

À đành rằng em vẫn còn sống còn thở
Còn đi đứng nói cười điệu bộ và vẫn còn trí nhớ
Chỉ hơi phiền là
Em vốn lú lẫn giữa biên giới hạnh phúc và đau khổ
Nên trí nhớ vẫn hay chạy lang quang như ảo ảnh
Và hỏi anh
Ảo ảnh nào chẳng bay đi như tình nhân mọc cánh

Bài hát ấy đã bay
Phím đàn xưa đã gãy
Những trận mưa hôn xối xả cũng đã bay
Những dịu dàng thương tích đã không còn thức dậy

Và biển cũng thôi chờ một dấu cát ngất ngây
Và sóng rồi câm những lời đá tràng mỗi ngày
Và... và như thế nên điều còn lại này
Khiến em là người giàu có nhất về những ấp ủ đắng cay

Còn anh là quân vương không lâu đài tiệc say
Và cũng chẳng có em làm "ái khanh của trẫm" đâu

Ai bảo anh bầu trời trong mắt em buồn hơn mưa ngâu
Ai bảo anh mặt gương hồn em soi vỡ những giọt lệ
buông bình nhất
Ai bảo anh tình yêu là có thật

Ai bảo anh những người đàn bà chân dài thường thích
chơi trò đu dây
Sẵn sàng nhào lộn từ gặp gỡ này đến chia cách nọ

Ai bảo anh không nhốt giùm em những ngọn gió
Ôi những vô số những mùa hè tuổi nhỏ đến những tàn
tro...

Tỷ như em có thể thấy trước những điểm gở
Tỷ như em đừng đặt cọc số phận vào những ngọn lửa
Những ngọn lửa làm môi cháy cho nỗi buồn rực rỡ
Cho giá băng em những bài thơ

Thì bây giờ
Hẳn là em sẽ có trăm điều cùng anh chứ không chỉ còn
mơ

Thật ra chúng ta chưa phải là những kẻ vô phúc
Vì những khát khao thuở nọ vẫn đẹp quá cỡ!

Có khát khao nào không bị nguy cơ
Bứt vỡ

Hãy trốn vào giấc mơ em!
Hãy giữ hộ giấc mơ êm
Hãy nhớ đắp chăn cho giấc mơ mình thật kỹ
Biết đâu
Kỷ niệm sẽ lạnh thấu xương tủy
Vì không được giấc mơ sưởi ấm…

A PAIR OF WOMEN'S SHOES MADE IN VIETNAM

1.
Scoop up a chilly white moon
to know that the day is gone
and that he has also gone far, far away
a sensual lip now lost in mist
a heart slammed shut all smoke now
what's there left to dress one's wound
tears scintillating with moon color
and you scintillating with real yearnings
where are you in the waste of ancient seasons
do you spread your wings to catch songlines
the romantic cicadas it seems have quieted
and you too seem missing like a half-moon
like clouds like rain like river like dissipating like breaking
why imagine that it's still poetic, dreamlike
still like magnificent visions at night

2.
isn't it right
that man's love no longer has a place for you
in his mixed up, multicompartment heart
let alone a place in his life, nonexistent
isn't it right
that we cannot open up one more desperate land
for crazy saints have outright sold all clean and pure
loves in this world
men everywhere having taken their cheap pleasure
on the laughters and cries of Vietnamese women
the death of butterflies afflicted with original sin
on the S-shaped curves with you in tatters—like your
virginity
your bodies crinkled like that historic blouse that orgies
have torn off time and again
you have seen stiff phalluses that you cannot enjoy even
in an animal sense
you have heard ruffians breathing on you in Czech and
Thai brothels...
no, we cannot go on witnessing such terrible historic
transformations
night butterflies that are not allowed to be human beings
bodies so wasted they look worse than abandoned insect
skins
hung on the destiny of mad women
who no longer have a summer to find temporary shelter
an old street corner in death throes
listen to the pleading of a little girl's hymen that is
beyond repair:

"please spare me, I am still a virginal soul."
o imagine those tongues robbed of language to make themselves understood
eyes where there is no longer any sunlight left
left therein is only the darkness of deaths called laborers in disguise
sold as brides to Taiwanese / the triumph of phalluses
the time of gross bulls that pierce the dream of yellow-skinned girls to the very marrow
isn't it right

when in another hundred years they still go on with these selling/buying deals?
woman trafficking / body trafficking / ancestral land trafficking
everyone, no exception / in this city only seeks pleasure
under the pulling fingers of blue
and pink viagras
the HIV sick / even AIDS deaths apparently could not drum out the sex urge
for death is universal, sooner or later / whereas 'om'(*) cafes, 'om' beer stands, 'om'
karaoke houses, 'om' Honda rides, 'om' lottery sellers… go on living
neither gay nor heterosexual love being able to unlock the mysteries of nature
then why bother… let's just say hello at the Y street corners of the modern world
when the messages of life seem to be, let's live and die most unconcernedly, or
alternatively one must die in order to live

yet…
you still want me to be the last survivor in this world
so we can speak about dreams never real
about the meaning of a dewdrop / a falling leaf / a last December
even though we are unable to keep our promise to love until that very last December

3.
what can I do, o Adam that I have loved beyond measure
you who have come and dropped into my ears courting words sweet as blades
blades that at times have cut my heart into a million pieces
you have played / licked / rubbed / exploded /
psalmodied my body / as a burning of the
        sun on top of the sky
we did not just brush lips, o miraculous kiss / we also exploded like hurricanes gone mad
/ as if on planet earth there is nothing in between us and Armageddon

do you know
we have peeled each other naked / as if darkness peeled off the stars / flooded each other
        like the rising tide at the end of the moon cycle
that is why, only when I am next to you, can I feel alive in both literal and symbolic
        senses
and in that way
though life sometimes is cruelly despotic

and I sometimes feel that I have loved you by mistake
sometimes die of thirst because the love tree lacks watering
in a certain private space
could it be that you still masturbate thinking of me?
could it be that you are still the most male among all the males of this world
could it be that the women in those well-shut hotel rooms
at another location, under another sky
are taking my place to trace on you the dances of Nguyen Du's Kieu
could it be that man only loves without need of offering or acquisition
it may be that no one needs a pair of shoes
that too many people have fit in
even though on more than one occasion
you have said: you are the most fitting shoes that I know.

Nguyễn Ngọc Bích
Translated from bài thơ Đôi Giày Phụ Nữ Made in Vietnam
- Nguyễn Thị Thanh Bình

ĐÔI GIÀY PHỤ NỮ MADE IN VIETNAM

1.
Hãy vớt lên một vầng trăng lạnh
để thấy ngày đã tắt
người cũng đã quá xa
một bờ môi nhạt nhòa sương khói
một cõi lòng đóng sập những khói sương
còn gì không mà băng bó vết thương
nước mắt lung linh một màu trăng
em lung linh những khát vọng có thật
người ở đâu trong những bạt ngàn mùa cũ
có soải dài tay chụp bắt những tiếng hát
bầy ve sầu lãng mạn chừng như đã im hơi
người cũng chừng như khuyết như trăng
như mây như mưa như sông như tan như vỡ
sao tưởng rằng vẫn còn thơ còn mộng
vẫn còn lộng lẫy những chiêm bao

2.
có phải không
quả tình người đã không còn dành một chỗ cho em
trong trái tim đã quá lộn xộn nhiều ngăn
một chỗ bên đời lại càng không nốt

có phải không
chúng ta không thể mở ra thêm một miền tuyệt vọng
hiển thánh cũng đã rồ dại bán đứng những thứ tình yêu
trong sạch ở trần gian
những người đàn ông khắp nơi đã hoan lạc rẻ rúng
trên những khóc cười của phận đàn bà Việt Nam
cái chết của những loài bướm mắc tội tông truyền
trên những đường cong chữ S có em rách bươm như
những đường trinh con gái
thân xác em đã nhàu như chiếc áo lịch sử đã được cởi tới
cởi lui hoang dâm
em đã từng thấy những chiếc dương vật căng cứng mà
không thể hứng tình dã thú
em đã từng nghe những tiếng thở hổn hển mất dạy ở
những nhà thổ Tiệp Khắc, Thái Lan...
không, chúng ta không thể tiếp tục chứng kiến những
cuộc hóa thân lịch sử ê chề như thế
những bầy bướm đêm không được phép làm người
những thân tàn ma dại tệ hơn những cái xác sâu bọ
treo trên phận người điên loạn
không còn một mùa hạ nương náu phù dung
góc phố xưa giẫy chết
líu ríu lời cầu hồn về một màn sương con gái không bao
giờ còn vá nổi:
"xin tha cho cháu, cháu còn trinh trắng mà."
ôi tưởng chừng những chiếc lưỡi không còn tiếng nói để
vọng âm
những đôi mắt không còn nắng để thắp
chỉ còn bóng tối của những cái chết mang tên lao động
trá hình
những gả bán Đài Loan / những chiến thắng dương vật

thời của những tên bò đực thô bỉ húc sừng đâm lút
xương tủy giấc mơ con gái da vàng
có phải không
khi cả trăm năm nữa cũng ngần ấy chuyện bán buôn?
bán buôn phụ nữ / bán buôn thân xác / bán buôn đất nước
tất cả mọi người / đời sống trong thành phố này đều
khoái lạc dưới những ngón tay của viagra xanh viagra hồng
những con bệnh / những mất mát của AIDS chẳng thể hù dọa vồ chụp nổi tiếng trống dục tình
trước sau gì cũng chết / và những cà phê ôm, bia ôm,
karaoke ôm, Honda ôm, vé số ôm... vẫn sống
những đồng tình luyến ái / những dị tính chính thống rồi
cũng đến lúc không giải mã được những bí mật của thiên nhiên
thì thôi... cứ xin chào nhau ở những ngã ba đời hiện đại
khi những nhắn gởi của cuộc sống là phải sống hay cứ
hồn nhiên chết hoặc phải chết để được sống
sống và những thông điệp làm người sao quá chán chê vậy nhưng...
người vẫn muốn thế giới này cuối cùng còn sót lại em
để nói về những giấc mơ không bao giờ có thật
về ý nghĩa của một giọt sương mai / một chiếc lá rụng / một tháng mười hai cuối cùng
dù chẳng thể còn giữ được một lời hứa sẽ yêu nhau cho đến tháng mười hai cuối cùng ấy

3.
làm sao được, hỡi tên Adam mà em đã yêu không một cơ man nào kể xiết

đã đến và đã rót vào tai em những lời tỏ tình ngọt như những đường dao
đường dao có khi đã cắt trái tim em thành muôn mảnh
đã mơn trớn / liếm láp / cọ sát / vỡ òa / tụng ca thân thể em / như một cháy bỏng của vầng mặt trời thiên đỉnh
mình không những chỉ lướt qua môi nhau, ảo diệu / mà còn nổ tung như cuồng phong bấn loạn / như trái đất chỉ có riêng hai ta và tận thế
người biết không
chúng ta đã bóc trần nhau / như bóng tối cởi hết trăng sao / trào ứa nhau như thủy triều cạn kiệt mùa trăng
nên chỉ khi ở cạnh người, em mới tồn tại được cả bóng lẫn hình
và như thế
dù cuộc đời có đôi khi nghiệt ngã
em có đôi khi thấy mình lầm lỡ yêu người
đôi khi chết khát vì cây tình quên tưới
thì ở một cõi riêng nào đó
chắc gì người vẫn thủ dâm hình bóng em?
chắc gì người vẫn còn là người đàn ông nam tính nhất trên tất cả những người đàn ông
chắc gì những người đàn bà trong những căn trọ kín cửa nơi một bầu trời khác
không thay em để vuốt lên những vũ điệu của nàng Kiều Nguyễn Du
chắc gì đàn ông chỉ yêu mà không cần dâng hiến hay chiếm đoạt
có lẽ không ai còn cần đến một đôi giày
đã có quá nhiều người xỏ
mặc dầu có thể đã hơn một lần
người nói: em chính là đôi giày khít khao nhất.

FIFTY YEARS, WHAT DEBT REMAINS?

Fifty years, the moon has aged,
Its first bright edge now dim and torn.
Why cling to that old mountain moon,
Whose distance still aches within the soul?

Fifty years from home, who knows
What names were lost, what lives remade?
A temple bell can still make one weep,
As white clouds drift and do not return.

Fifty years of exile, half a life,
Still calling, still remembering strife.
Those who stayed light lamps at midnight,
Waiting where sea meets mountain.

Fifty years, water flows, yet grief remains,
Old footprints fade, yet are retraced.
We search again through hollow time
For drops of love that won't be lost or chased.

Fifty years, ask life for one grace:
Let faith not run completely dry.
The water moves, but love stands still,
So one day home may still be loved.

Nguyễn Thị Thanh Bình
Translated from bài thơ 50 Năm Nợ Nần Chi Nữa
- Nguyễn Thị Thanh Bình

50 NĂM NỢ NẦN CHI NỮA

50 năm trăng ấy đã già
Trăng non đã khuyết một màu trăng
Nhớ chi hoài mảnh trăng đầu núi
Mà nghe xa vắng tận hồn trăng

50 năm đường về cố quận
Ai biết kẻ đổi họ thay tên
Biết chăng chuông chùa làm ai khóc
Ngày đi ngỡ mây trắng quên về

50 năm viễn ly về cố xứ
Hơn nửa đời lầm lạc nhớ thương nhau
Người quê nhà tàn canh thắp đuốc nhớ
Chờ nhau chi nơi cuối vịnh đầu non

50 năm nước chảy mà chẳng mòn
Quanh quẩn nghe sầu mấy giọt rưng rưng
Tìm nhau hoài soi dấu xưa đã mỏi
Lục lọi đây từng giọt vắng hư hao

50 năm xin cuộc đổi đời
Cho niềm tin thôi đừng khánh kiệt
Nước có trôi nhưng tình đứng lại
Để ngày về yêu mãi được ai.

MY MOTHER
IS MY SPRING OF LOVE

My mother is my spring of love
Beyond the world there is no other
I miss her love
I miss my mother

My mother, my spring of love
I reach for her up above
No matter how hard it could be
A lot of love she gave to me

My spring of love, she always stays
Her love will never fade
My wounds she would always lace
I miss my mother and her face

She is my spring of love, so pure
My heart will forever endure
In the future, I must be strong
For I can feel her love in a song.

Nguyễn Thị Thanh Bình

A CRYING SKY

If i could have a wish
May the world wake up to how it was before
Lovers wouldn't be separated
And families could embrace once again

If we must picture a sky full of flames
The ashes from Wuhan are their source
While people must distance from one another
Our mankind shall suffer each passing day

If it is time for the sky to cry
Its tears are for the piles and piles of corpses
They're covered in body bags in frozen containers
We now realize that our powerful world
Is fragile and in danger

If we have to watch our tears flowing in the mirror
We would see that the earth is suffering more
If people are destroying each other by biochemical warfare
Then who will be left to live with?

Our planet is covered with the color of death
Thousands of cities are quiet
Even when the sun rises
Can you hear our prayers, dear God?
Let there be a peaceful day without sickness

Translated by Nguyễn Thị Thanh Bình

BẦU TRỜI KHÓC

Nếu có một lần được ước ao
Xin cho địa cầu thức giấc hôm nào
Khi ta yêu nhau không phải ly cách
Khi gia đình không thiếu vòng tay ôm

Nếu phải một lần thấy lửa bay
Tàn tro Vũ Hán ngút trời mây
Khi người với người còn xa lánh
Khi nhân loại đau đớn từng ngày

Nếu có một lần bầu trời muốn khóc
Nước mắt cho người chết chật như nêm
Từng túi xác trong xe đông lạnh
Thế giới siêu cường bỗng thật mong manh

Nếu phải soi gương dòng lệ đổ dài
Trái đất chỉ còn là cõi trần ai
Người giết người chiến tranh sinh học
Tận diệt nhau rồi, người sống với ai?

Hành tinh giờ đây một màu tang tóc
Ngàn phố vắng tanh từng sớm mai lên
Thượng đế có nghe trần gian khấn nguyện
Sẽ có một ngày sống thật bình yên.

PHẦN 3
CHỦ ĐỀ
"PHƠI MÌNH ĐỀ THƠ
ĐÒI TỰ DO"

Nguyễn Thị Thanh Bình thực hiện trên Tiền Vệ

Nguyễn Thị Thanh Bình: Tự Do Đâu Là Khúc Hát Nửa Vời

Trong lá thư ngỏ mời các bạn thơ tham gia cuộc chơi, Nguyễn Thị Thanh Bình viết:

"Những văn thi sĩ góp mặt sẽ toàn quyền chọn bất cứ phân vuông da thịt nào của đương sự và... đề thơ. Đầu, mình và tứ chi, cũng như mắt tai mũi miệng, chúng ta tha hồ phân mảnh... Một cuộc chơi mà các bạn có thể tưởng tượng chừng như ai đó hoặc trong những điên điên rồ rồ chính chúng ta đã phải tự phân thân cắt, chia, xẻ, bẻ... con người của mình trong những ngày này thành những mảnh vỡ Việt Nam. Thơ trình diễn ca cẩm múa may trước đám đông hay cư dân mạng theo hình thức này đều có thể mở ra những tiếp nhận mới mẻ, khá thích hợp với những nóng bỏng sôi động kịp thời của thời đại trong nhiều dòng chảy, nhiều hình ảnh thực thể của hôm nay, phải không quý bạn."

thơ
NGUYỄN THỊ THANH BÌNH

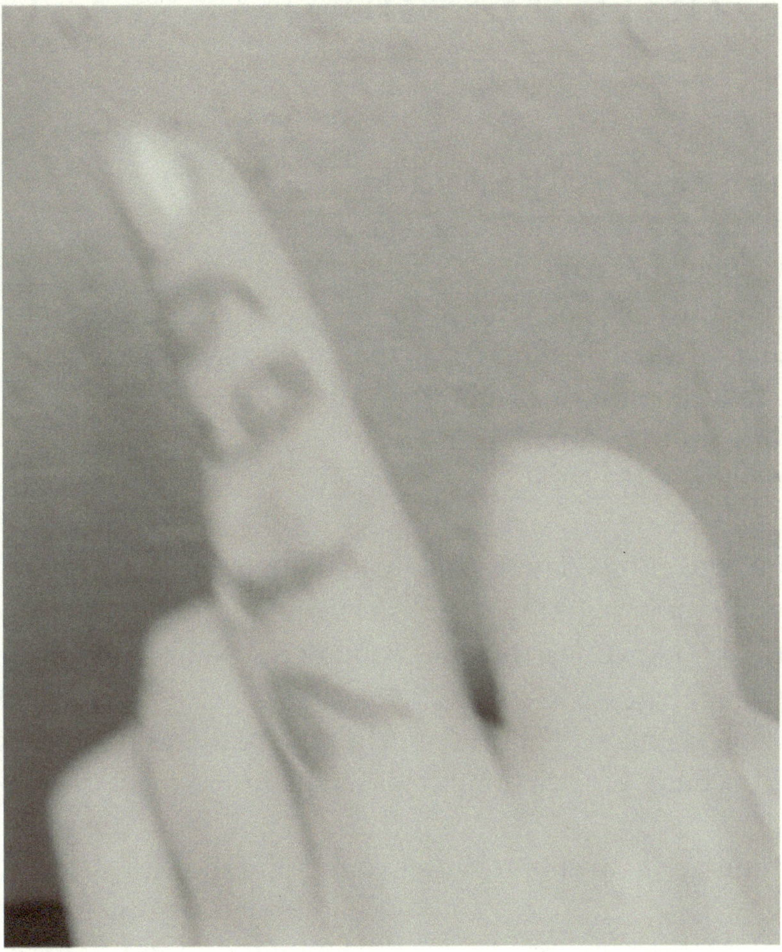

TỰ DO ĐÂU LÀ KHÚC HÁT NỬA VỜI

Đừng bắt tôi phải lập biên bản
bầy tội phạm ám hại từng ngày
rao giảng đặt bày
những trò hề công chính
ô, làm thế nào bọn họ cứ đồ mãi những lằn phấn
rồi rêu rao như thứ ân huệ xin-cho
trong những khoanh tròn tự do
lùn

nghĩ cho cùng cổ họng của thi sĩ đã thắt lại
không buồn nuốt thêm một sắc lệnh một thống hận
nuốt không xuống thì chỉ có trào ra mật xanh mật vàng
mật đỏ
không lẽ chỉ có thể đớn đau, chửi thề đau đớn rồi là chết?
cũng chẳng sao khi bọn họ không hề muốn mặc nhiên
công nhận
chúng tôi là thi sĩ bị trời đày xuống làm thơ cho
một đất nước lận đận
một đất nước mà bao lâu rồi chỉ giỏi nhân danh tự do c.c.C
hay tự do như thứ dương-vật-buồn-thiu 71-69
kiểu bịt miệng khẩu dâm.com

ô, thì đành rằng trái tim của chúng tôi đã vô vàn
thương tích tịch mịch
đập cùng nhịp đập huyền sử dân tộc thần thoại cổ tích
đã thế chúng tôi còn chỉ muốn vênh váo
giấc mộng làm người
làm người Việt Nam như cha ông kiêu kỳ
chứ đâu thể là loài cầm thú mà sống chung hoài với "lũ"
với đười ươi

đừng bắt tôi ca cẩm hát xẩm bài ca ấy
bài ca của người mù thương binh hát rong đầu đường
xó chợ
người mù của những con mắt sáng linh hồn đau đáu
tiếng kêu khẩn thiết của loài ve tuyệt vọng
nơi một mùa hè nóng bỏng
đã ở cuối chân mây
những cánh chim đại bàng cũng vừa biệt khúc
cùng biển động
những phím đàn rưng rức từng khúc đoạn
đã đến lúc những biến tấu của cơn đau đẻ cuối cùng
ré, cắt, xé, xẻ...
ngày nhả toàn phím tơ buồn rồi cũng qua đi mấy sợi chiều
ơi ngày qua rất vội những mỹ miều
tuổi trẻ thanh xuân chưa từng được sống
ơ hờ nhận lãnh thảm kịch này đến thảm kịch khác
sao không coi như là nguồn cơn
sấm sét

đừng, đừng bảo tôi rằng những vần(g) tự do phải được
nẩy ra từ nơi xà khám (đành rằng thế)
ở nơi đây cũng chẳng còn gì ngoài những cánh đồng héo hắt

thế hệ của những con bò trơ xương chỉ biết
gặm nỗi ngoan ngoãn
cũng đâu còn cả những miếng cỏ khô nhử làm mồi vẽ
mà hòng nhai lại mãi những lời sấm truyền
thôi thì cứ nhìn đường đi của những chú kiến lách ra
khỏi những bầy đàn
để thấy được lòng nhẫn nại của con người cũng chỉ có
giới hạn

đừng nhắc tôi về một dấu chân
hồn tôi se lại từng hạt cát
chiếc vỏ ốc giữ được gió thần kỳ nhất
đã chừng như bị thuỷ hoàng giở phép thảo khấu mà
chôn cất
dưới lòng một đại dương tàn độc bí hiểm rồi quên khuấy mất
tôi cũng đã lỡ
khi không
bọt trắng cùng giấc mơ sóng

ơi, đừng bắt tôi nhớ về những giấc mộng
giấc mộng của một con người đâu đã kịp hé nụ
đã bị tên vô đạo cấy sẵn thứ vi khuẩn sợ hãi
làm triệt sản những mầm mống gây mơ
sáng choàng mắt thức dậy chỉ còn thấy
niềm tin bỏ đi khóc đầy
mặt gối
những siêu-anh-hùng có một thời ra ngõ gặp
bây giờ dẫu nằm mơ thì cả giấc mơ cũng đã bị đánh cắp
và cũng chỉ thấy những siêu-anh-gỗ

đừng sầu giùm tôi những bông hoa
rụng
quá khứ, vườn ký ức lẫm liệt
những hàng cây mùa thu ngậm ngùi tưởng tiếc
cách mạng thi ca, cách mạng 25 tháng 10 trưng cầu dân ý
truất phế Bảo Đại
truất phế ngay những hư hao tàn rụi thiên tai mùa đông
cho thơm biếc mấy nụ mong ước xuân hồng
ơi, lũ ong ngày cũ sao chẳng về hút nhụy sum vầy
mùa trông
gió vẫn tròn môi tích tụ nẻo gió
mây vẫn qua cầu giăng giăng nẻo mây
lá vẫn bay... bay... bay...
khuất giữa chiều hôm
mấy đường viễn mộng

đừng bắt tôi hát thứ phiên bản ấy
khi chỉ là khúc hát nửa vời
nhạc đời đã tắt
suối cạn lòng tin trong rừng già
phím chùng tơ dây mệt lả
đêm, ai về
hèn mọn thẹn thùng với trăng
khuyết một lời thề
chết dưới ăn năn.

Nguyễn Thị Thanh Bình

thơ

PHI KHANH

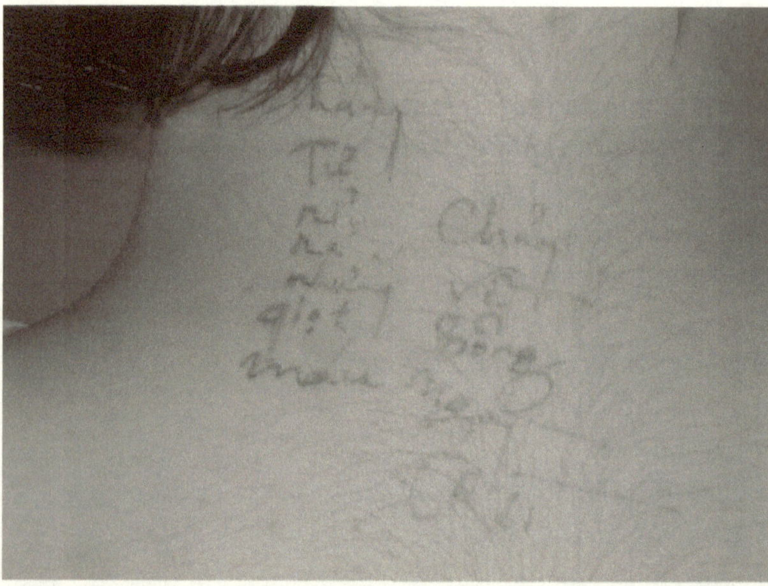

ĐỎ ỐI THÁNG TƯ

chiều đã về trên lưng ong con gái
tháng mười như một bóng ma
ngọn núi lửa phập phùng không thương tiếc
những giọt sữa non

hộp rubic chới với
nhặt được giữa đường
trên lối mòn siêu thị
quê hương giòn tan trong miếng bánh snack tôm

hàng ngàn tiếng dân kêu cứu
mẹ chạy đâu rồi
thân con tan như bọt nước
con sóng dữ chạy bãi vàng Việt Hương

đây
máu đỏ trong cuống họng
đây
sợi tóc dài lơ thơ
đây
oan hồn tháng tư lịch sử
bãi tha ma của ký ức xé tan hồn hiển thị yahoo

những bông cỏ úa
nằm dài

nó đến tìm vào một ngày tháng Ba mưa tầm tã
những hạt mưa dông nghi ngút khói bốc đầu
những sợi chỉ

nó đến thăm như chổi quét vệt trời
mưa đen thấm đất và kiếp nghèo đeo dai

nó
phủ đầu dân cày
ngày tháng Tư
không còn trái mướp
treo lủng lẳng trên mùa cong

lúa leo lép hạt
bắp cầm khô
mùa màng thất bát
thập tự chinh vó ngựa hắc ín

mẹ già khóc con thơ
nửa ngày đường dò la cửa thần chết
mũ cối gối đầu
la liệt xác dân

Ba Đình lịch sử ngợp cờ hoa mơ (thúi địt)
thử hỏi ơn người ngồi người đứng xác rạ phần hơn
đói xám xịt trời đêm
hàm oan số trời định đoạt cối xay...

tháng Tư rỉ rả những giọt máu
chảy về sông ngày trời mang mang ý nghĩa chó hoang...

4 năm dài ngắn nước mắt mẹ tìm hình con qua tia nắng
hắt song cửa
đào lộn hột
toả khắp mộ phần sau núi khuất bóng chùa
cơn bão qua người ở lại cố tìm trong ký ức một chút đau
thương một chút nhớ một chút quên một chút vui một
chút một chút của một chút

Không gian im im âm ỉ rỉ tai gà cây chanh đã có lá, con gì
đã tục tác thay ta?
Ễnh ương gọi đêm vào mưa thâm tháng bốn âm âm âm hồn

Bông đỏ là máu
Bông vàng là huyết tương
Bông xanh màu mắt nông dân dõi theo giá xăng dầu
Bông tím hoen hoen công nhân tức tưởi thực phẩm lên
Bông ngũ sắc tung toé trên trời
Thằng nhỏ hỏi tại sao
Thằng lớn trả lời
Mày nhỏ khó lên, tao lớn khó bồng, chỉ có tiền mất giá
nhẹ như bay
Nên nó bay, nó bắn, nó làm trò hả hê cho bao kẻ mua vé
xếp hàng, ngồi coi
Kẹt xe, taxi tháo chạy, kẻ lót ghế nằm chờ,
người có chỗ nhậu chờ, tiền bay
Đông là đoàn kết, ngồi càng đông càng đoàn kết, cùng
xem pháo bông đông cũng là đoàn kết.
Vậy là thành công, thành công đại thành công.

Đêm
Tĩnh mịch đèn xe pha rọi con tìm mẹ
Lòng thổn thức nghe tiếng thiền vang vọng vòng không
khói ngút nghi màu.
Trẻ thơ mơ làm người lớn tiếng hú vi vu rộn tiếng chân
trên sạp nhảy lễ hội voi ngà.
Vòng vèo qua ngách cửa, ngấm sắt song trộn vào
dây điện kéo
Khói... khói... khói... khói... khói... khói... khói... khói...
khói... khói... khói

Phi Khanh

thơ
NGUYỄN VIỆN

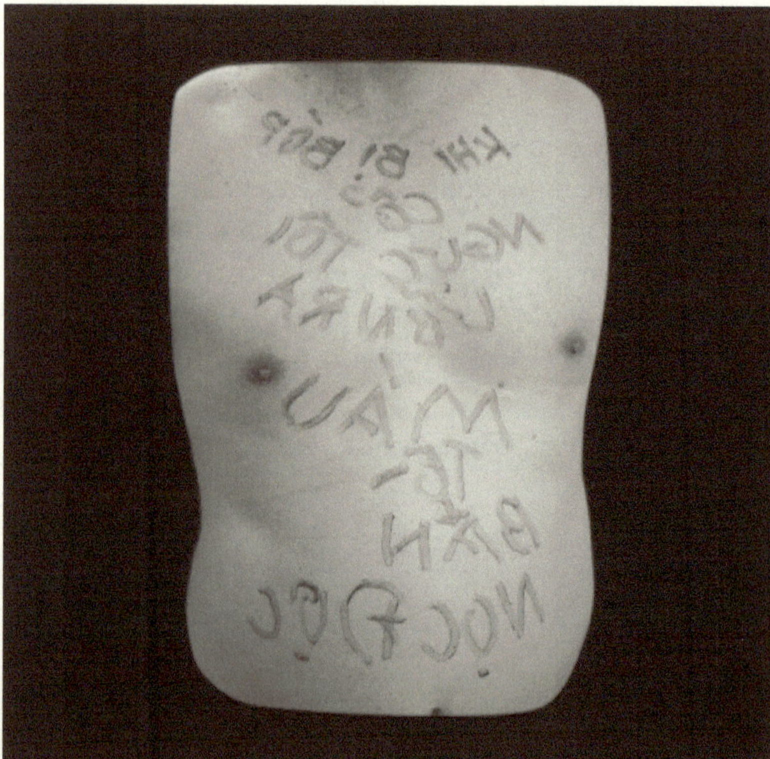

TÔI CẦN MỘT CÁI BÚA VÀ NHỮNG CÂY ĐINH

Tôi vẫn có thể thích hoa hồng
Cũng như thích một cái búa
Nhưng tôi không ngửi được thứ chữ nghĩa màu mè riêu
cua đỏm dáng trí tuệ và đỉnh cao của những kẻ muốn
vượt thời gian và không gian
Khi chúng ta bị bóp cổ
Tôi cần một cái búa và những cây đinh
Đóng vào hiện tại và bước đi

Khi bị bóp cổ
Ngực tôi ưỡn ra
Những chiếc xương sườn cong như những cánh cung
Và máu tôi bắn
Nọc độc làm ung thối bầu trời

Tôi khát khao tự do
và không thở được thứ không khí ẩm mốc và tẩm rượu
Tôi cũng chỉ muốn tự do với cây búa
Đập vỡ chiếc quan tài mà chúng ta đang khiêng ra cánh đồng
Cái chết của những xác chết và những thứ xa xỉ
Tôi vẫn tự nhủ trong lúc bị bóp cổ, nếu chữ nghĩa không
phải là cây búa thì chỉ là sự thủ dâm của con gián

Có thể tôi không phải là cây búa khi bị bóp cổ
Nhưng nếu tôi không là cây búa thì tôi cũng không là gì
Và ngay cả nếu tôi có là cây búa thì tôi cũng không là gì
ngoài việc đóng những cây đinh vào hiện tại và treo nó lên

Nguyễn Viện[1]

---

1 Luôn tiện xin mạn phép thông báo Giải Thưởng văn nghệ của cuộc Đề Thơ Phơi Mình Cho Tự Do đã được về tay nhà thơ Nguyễn Viện. Tiếc là Tiền Vệ đã ngưng hoạt động từ lâu mà chưa kịp thông báo.

thơ
ĐINH LINH

THƠ TÌNH CHO MỢ

Thôi mà.
Thối má.
Má thúi.

Má thối cho tôi
Cả cuộc đời.
(Mà.)

Mẹ Việt Nam, lăng
Mạ Diệt Nam. Chợt thấy
Mợ Giao Chỉ, tui toe toét,
Xoa xoa dạ dày.

Thằng con mất dạy, phủi
Đít lép, ngoảnh mông da
Ghẻ ướt, tôi cạ mợ giữa chợ
Quốc tế. Mợ bảo, Mày bèo, thua
Cả ca ve trong nước. Hơn nữa,
Lại phản động. Thôi thì. Thôi mà.

Xỉn băm ba, hương hồi hương,
Sám hối, tôi rên, Tiếng A bờ cờ còn
Thì nhạc rap A bờ cờ còn, thì tui
Và mợ sẽ còn lênh đênh dưới đít
Thằng Ngô. Tuy mợ còn ngụy
Hơn tui, mạ Việt của mợ phai,
Tui quái thai, nhưng, nhưng

Sẽ có ngày, ngón cái
Tui và mợ hun nhau.

Đinh Linh

thơ
HỒ ĐÌNH NGHIÊM

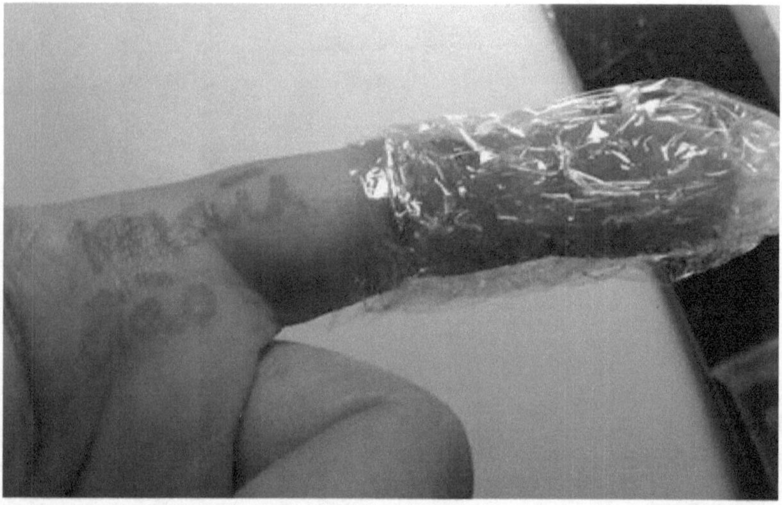

SEAL WRAP

tặng Thanh Bình, hồng nhan xúi ngộ mần thơ.

ngoài đất nước tôi lao động việc chẳng hoành tráng
rửa bát thái thịt nhặt rau kiêm luôn chuyện hầu bàn
phải mà đờn bà e thử bán trôn một dạo
định bụng dắt cục tiền le lói: uh! diệt kiều

đại trượng phu hôm qua bị đổ máu
đầu đội trời chân đạp đất quyết không rên la
lưỡi dao vi phạm chẳng nhân nhượng
từ thịt bò lấn áp xơi tái ngón tay

thanh đao lạnh khắc triện made in China
giọt máu rơi xuống tay cô mặc xường-xám
ngộ hổng có bandages nị xài đỡ seal wrap
hậu duệ Từ Hy chẳng có vú to mông nở
tôi ghét Mạc Ngôn cứ ưa đặt điều
đưa ngón tay cho nàng nịt ngực A-32 săn sóc
điệu bộ thành khẩn ngó thấy thương

ai đời mà thứ bọc đồ ăn cũng có lắm công dụng
nhìn ngón tay như... tự do xài hàng nhái
bao cao su đã qua sử dụng hai lần
bèo nhèo quá anh ạ, mắt một mí nói
năm cọng năm bằng chín tôi ưa cho một ngón đi hoang
máu lại ứa rồi có người mãn nguyện
thấy chưa ngộ là trinh nữ mà nị hổng tin

tin chi được khi tôi vốn sinh ra từ trăm trứng
bốn ngàn năm văn hoá mặc cảm hoài nghi
dối trá thủ đoạn nham hiểm ác đức bất nhơn
hầy a, Duỵt Nàm dành có thể tả Trung Cọt
tôi làm thằng bành trướng dắt siêu sao vào wc
chốn ấy hôi không nên dở hạ sách đường lưỡi
(bò hay người cũng một nghĩa như nhau)
eo ôi thương tích đầy mình mà còn sung mới lạ
anh à, thề đi, tình đồng chí bất diệt nghe Hồ xếnh xáng

ở trong nước nghe Trung Cộng là tái xanh mặt máu
thời bây giờ chết tiêu chữ đại trượng phu
vì Phù Đổng là sản phẩm của tưởng tượng
nên dân tộc thanh thản nhắm mắt trước sự thật điên rồ
trăm đau đớn thập diện mai phục
bao hung hiểm ngọa hổ tàng long

làm nhà hàng tôi sẽ không đụng vào tiền típ
chắt mót có ngày rủng rỉnh về lại ao ta
rũ thêm đám đệ tử phái Nga Mi
ngụ nhà nghỉ 3 sao đường Đồng Khởi, giả dụ thế
đù má, tự do là cái con mẹ gì
cởi quần xì màu đỏ ra em
anh uýnh cho mấy em biết thế nào là lễ độ

này, seal wrap có thể làm hung khí đó nghen
quấn quanh đầu ngạt thở mà chết
nị nên nhớ ngộ là người Việt
chuyên bịt mồm, còng tay... bóp vú rờ lình.

(tạm nghỉ lấy sức, băng bó vết thương)

Hồ Đình Nghiêm

thơ
LÊ THỊ THẤM VÂN

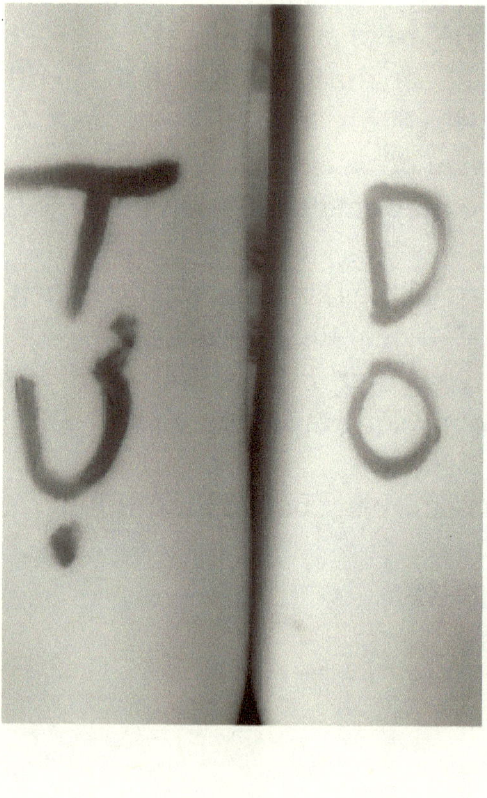

KHE HỞ

giữa chăn gối drap giường nhăn nhíu
giữa trưa không mùa
giữa nơi hai cuống rốn của anh và em đã rã tan trong đất
và giữa hai ta
là mồ hôi nước mắt nước dãi tinh dịch
hoà tan

em nằm ngửa
thẳng hai chân lên
trời

em nhìn anh và anh tìm em
qua khe hở giữa hai đùi em
khép

đùi em khép
không kín mít như đùi gái tây gái mỹ — em cười to
mắt lóng lánh

bên kia khe hở
giữa hai đùi em
là cả bầu trời tự do — anh cười to
mắt sòng sọc

anh cố vạch hai đùi em
thò đầu
không được
không thể được

giữa lặng im anh vẫn nghe tiếng quát tháo của
đoàn quân vô hình
luôn sẵn sàng siết cổ anh
bọc quanh họ là khối quyền lực đá tảng
nghiền nát anh bất cứ lúc nào

em về đây sống với anh
giọng pha chút gia trưởng cố hữu làm em ghét sợ,
buồn bã, tức giận
dẫu chân thành

vậy anh đang tồn tại bằng khoảng cách khe hở à?
Giọng em gợn sóng
mái tóc anh bạc sóng

đùi anh khẳng khiu phủ màu bạc nhược
em nhìn vừa thương vừa khó chịu
nhưng sao vẫn vác xác về
gục đầu &
vục mặt

rồi khi một mình
em thụt lui
đứng tựa cánh cửa
nhìn bầu trời rộng mở
mồm nhai
nhai
và nhai
những viên kẹo cốm
anh tìm mua
gửi em
ôi, tình hai ta quả là
tội

khe hở giữa hai đùi em khép (không) kín
để anh hít thở anh mộng mơ anh suy tưởng
anh còn là anh
được yêu em
hỡi em yêu

Lê Thị Thấm Vân

thơ

CHU THỤY NGUYÊN

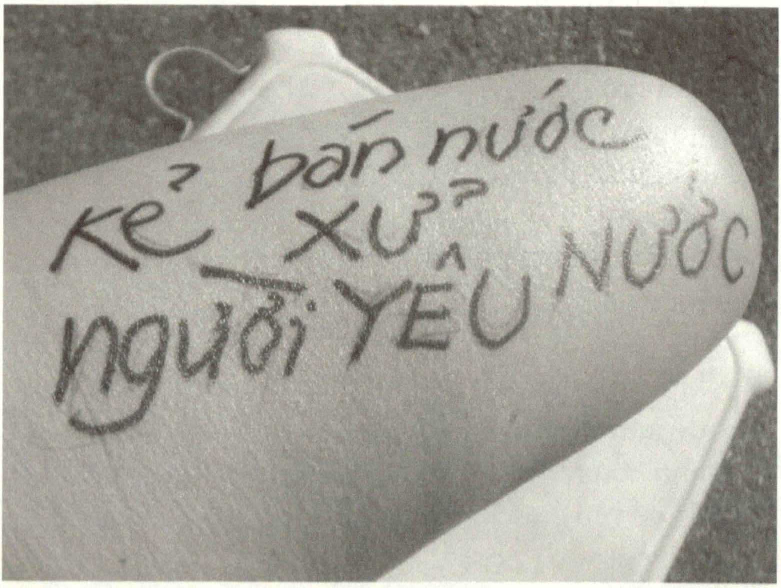

KHÚC BI HẬN TRÊN DA

Tôi chẳng muốn thấy nữa
Dân tộc này chẳng còn muốn thấy nữa
những kẻ ngồi toà chẳng còn lương tri
những kẻ ngồi toà óc toàn dòi bọ.

Những kẻ ngồi toà giật mình sau cơn ngáy ngủ
Những kẻ ngồi toà vỗ bàn như vịt xiêm
nuốt no sâu bọ mủ máu tanh hôi
vỗ phành phạch cánh chẳng cất nổi đầu.

Những kẻ ngồi toà miệng toàn hát nhép mớ ú ớ ngày
Tay cố móc trong đũng quần
bản án đã nhàu nhăn
đã đọc cho người mẫu chân dài trên giường đêm qua
lúc ễnh ờ.

Môi mép giờ đã khắm mùi
cố dõng dạc tuyên án
đọc chỉ để mà đọc nhưng hồn thì đã vụt bay
về bữa cỗ mắm tôm.

Ôi công lý!
Ôi cái củ tự do! Ôi đất nước!
Kẻ bán nước cứ nhăn răng ra xử tội NGƯỜI YÊU NƯỚC.

Cả bè lũ chúng bây sắp đền tội với sông núi hồn thiêng...

Chu Thụy Nguyên

thơ

TRẦN MỘNG TÚ

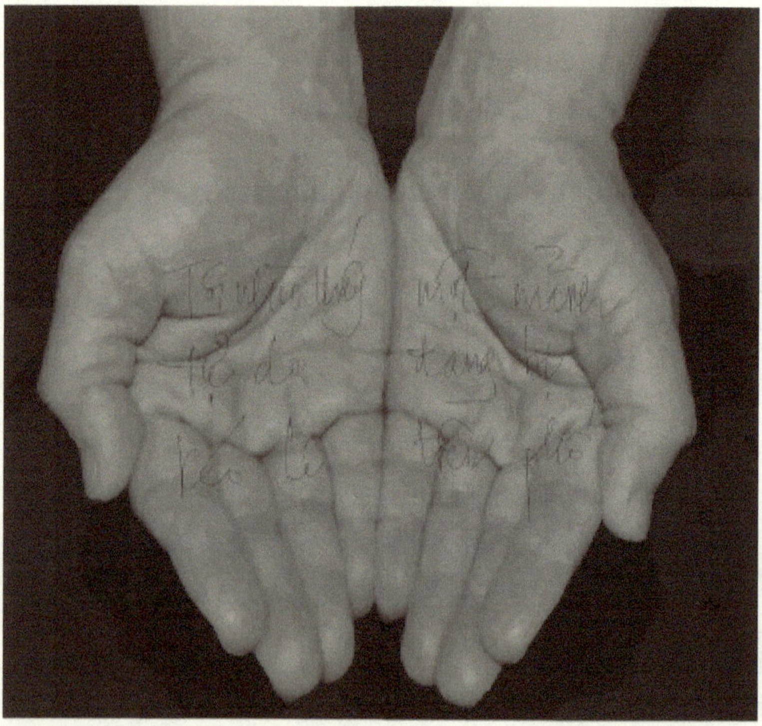

THƠ VIẾT TRÊN MỘT PHẦN THÂN THỂ

tôi viết những câu thơ trên
trái tim mình
trái tim tôi là một ngôi làng ngoài tổ quốc
ngôi làng bị nổ tung bởi những mảnh chữ bắn ra từ quê nhà
những tin tức như hoả tiễn của thời huynh đệ tương tàn
trái hoả tiễn một buổi chiều rơi xuống
giữa mâm cơm
thịt em trộn lẫn vào những miếng thịt trên đĩa
máu mẹ thêm vào cùng với bát canh
anh cúi xuống chan canh gắp thịt

trái tim tôi là một thửa ruộng ngoài tổ quốc
thửa ruộng bị cày nát bằng những chữ ... cướp nhà, chiếm đất, tước đoạt tự do của con người
mỗi con chữ trông cong như một lưỡi cày

trái tim tôi là một vùng biển ngoài tổ quốc
dòng nước biển đổi màu từng khúc một
như máu đỏ máu đen chảy qua tim
như khi kẻ cướp đem cờ cắm trên từng khoang biển để đoạt bến chiếm thuyền
người bị mất vẫn cúi đầu im lặng

trái tim tôi là một trái tim Việt Nam tự do
bên ngoài tổ quốc
đang đi tìm nhặt tự do của dân tôi bên trong tổ quốc
trên khung điện toán mỗi ngày

tôi nhìn thấy một mảnh tự do
đang bị kéo lê trên phố

một mảnh tự do viết trên biểu ngữ
bị xé rách làm đôi vứt ở vỉa hè
chữ *tự* và chữ *do* lăn về hai phía khác nhau

tôi nhìn thấy năm ba mảnh tự do lẫn trong tóc xanh tóc bạc
đang bị một đám người hung hãn cuốn lôi đi
cuốn đi đâu trái tim tôi không đuổi kịp

tự do trên quê tôi là một điều không bắt được

tôi đứng bên này vọng nhìn về tổ quốc bên kia
cây thánh giá trên ngực tôi đeo
nghiêng về một phía
về phía nào cũng làm chảy máu trái tim.

Trần Mộng Tú

thơ

BẮC PHONG

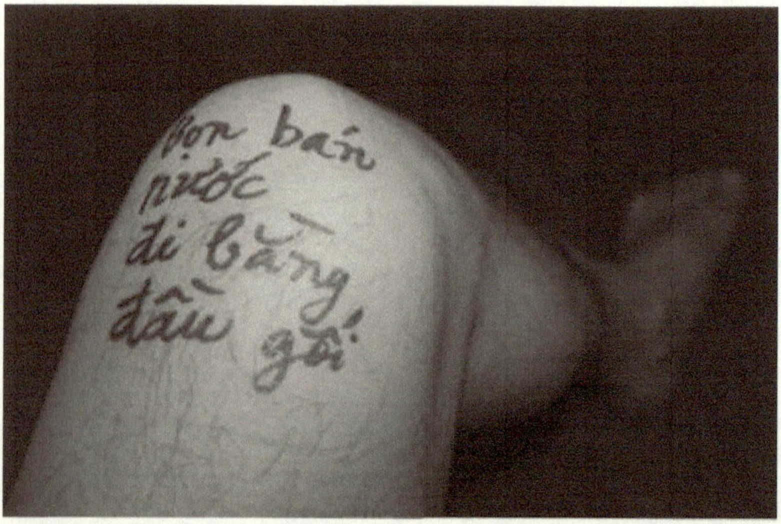

BỌN BÁN NƯỚC
ĐI BẰNG ĐẦU GỐI

tôi nhận e-mail của chị Nguyễn Thị Thanh Bình
rủ chơi trò *phơi mình đề thơ đòi tự do*
lòng vừa thấy ngần ngại
vừa thấy hay hay
đêm nay trong lúc ngồi suy nghĩ
không biết nên chọn phần thân thể nào tốt để phơi
và đề thơ cho xứng
thì tôi nhớ khoảng giữa tháng chín
mình có đọc một tin thời sự nóng
viện lý do chính phủ Nhật hành động khiêu khích
khi quốc hữu hoá quần đảo Senkaku mà Trung Quốc
gọi là Điếu Ngư
mấy chục ngàn người dân Trung Quốc
thủ sẵn gậy gộc gạch đá và vỏ chai
rầm rộ xuống đường ở Bắc Kinh
và nhiều thành phố lớn khắp Hoa lục
họ mang rợp ngũ tinh hồng kỳ
hình lãnh tụ Mao Trạch Đông và biểu ngữ
hô hào khẩu hiệu đả đảo nước Nhật
và ký tên đòi chiến tranh

các cuộc xuống đường rõ ràng có tổ chức
đa số người dân Trung Quốc đi biểu tình là giới
thanh niên quá khích
họ đấm tay hò hét đốt cờ Nhật
toan tính tấn công toà đại sứ và các toà lãnh sự Nhật
không xong
lại kéo nhau đi đập phá đốt cháy các cửa hàng
và phá huỷ xe hơi mang thương hiệu Nhật
trong khi cảnh sát Trung Quốc mang khiên và dùi cui lập rào chắn
phun nước vòi rồng và bắn khói cay giải tán biểu tình
giới truyền thông nhà nước lại đổ dầu và quạt lửa
ca ngợi đám biểu tình côn đồ là yêu nước
sẵn sàng hy sinh bảo vệ chủ quyền quốc gia

lúc đó tôi không khỏi chua chát khi nghĩ đến
những người dân Việt Nam ở Sài Gòn và Hà Nội
tự phát đi biểu tình bất bạo động
chống Trung Quốc xâm chiếm Hoàng Sa và Trường Sa
ngang ngược vẽ đường lưỡi bò phi lý
mưu toan nuốt trọn biển Đông
thì lại bị công an thành phố rào đường chặn bắt
buộc tội gây rối trật tự công cộng
một số báo chí nhà nước còn gán ghép trắng trợn
những người đi biểu tình là tay sai các thế lực thù địch
hỏi thế có nghịch lý và đáng phẫn nộ hay không?

đêm nay tôi chạnh nhớ nụ cười hiền lành của
blogger Điếu Cày
trong tấm hình ông đội nón bảo hiểm với hàng chữ
khẳng định
Hoàng Sa & Trường Sa là của Việt Nam
lòng lại thấy bất bình khi nghĩ đến các bản án trả thù
khắc nghiệt
chế độ Cộng Sản Việt Nam giáng xuống ông và hai nhà
bất đồng chính kiến khác
AnhBaSG Phan Thanh Hải và chị Tạ Phong Tần
sau khi gán cho họ tội phá hoại an ninh quốc gia
bất giác tôi nổi xung
muốn chửi tục *hữu nghị cái con c.*
thực sự từ sau hội nghị Thành Đô
bọn bán nước Cộng Sản Hà Nội luôn đi bằng đầu gối
thảm hại nhục nhã và hèn hạ vô cùng
trước lũ thiên triều ngạo mạn Bắc Kinh

Bắc Phong

thơ
LÊ HẢI

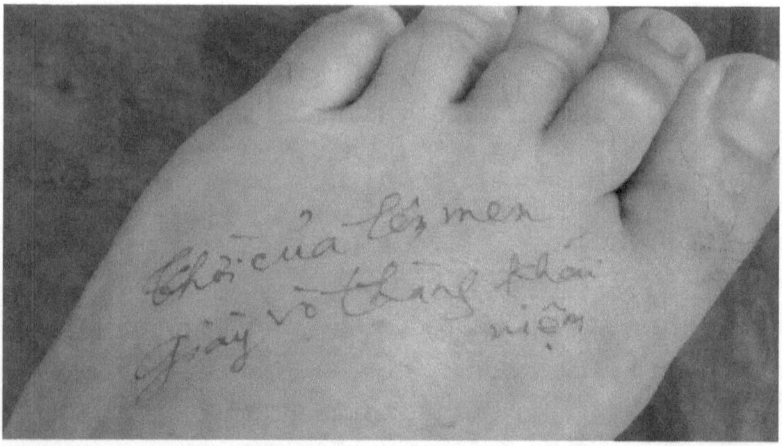

CON MẮT THỨ BA

thời của lên men
giày vò thành khái niệm
những nỗ lực khái niệm rơi Lời Ru Củ Cải Trắng
nếu Phù Thủy Vẹt Vàng biết nghĩa thật từ hy sinh
tát cạn lòng tin bằng mánh lới đêm tối của lý tính

giả thiết khổng lồ
lòng nhân từ cơ bản
thức ăn cho tính cả tin

ừ thì [thượng đế] đã chết
chúng ta sủi bao lâu
hoang vu rượu nhạt.

Lê Hải

thơ
THƯỜNG QUÁN (NGUYỄN TIÊN HOÀNG)

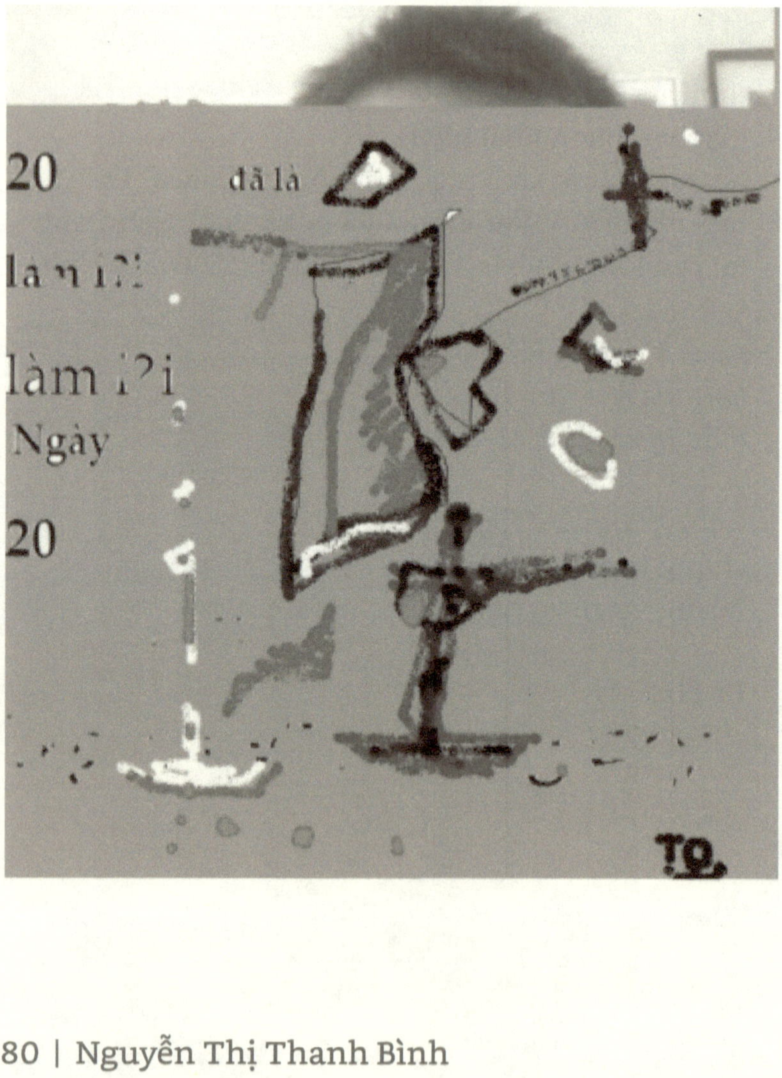

KHÔNG THÂN THỂ

Không thân thể
bạn tha thứ
tôi nói
Không
với
những kẻ đã chiếm đóng đất mẹ
đã nhiều mười năm
tôi nói *Không*
với những kẻ bắn và văng tục vào
khát vọng
của em
của anh
ôi anh em tôi
những người đã chết
Không thân thể

tôi nói trong gió vô hình
nối kết những khát vọng vất vưởng
Không thân thể, và nhữnh nhánh lá hoại thư
tan vào những hồi chuông sớm
hai mươi tuổi đi rải truyền đơn
em làm tôi xấu hổ
Không thân thể

Dù sao
tôi còn, với em
một khúc quành
xà lim
và nắng
Và gió
đói dã man
khát
điên khùng

Sự thực sau rốt cùng thì
tôi tin
vào linh hồn
trong gió đó

bắn ngã em và tôi
đất nước này
vẫn còn

những khoảng không của gió
và máu

Hẹn nhé
từ chỗ
Không thân thể

Thường Quán

thơ
KHALY CHÀM

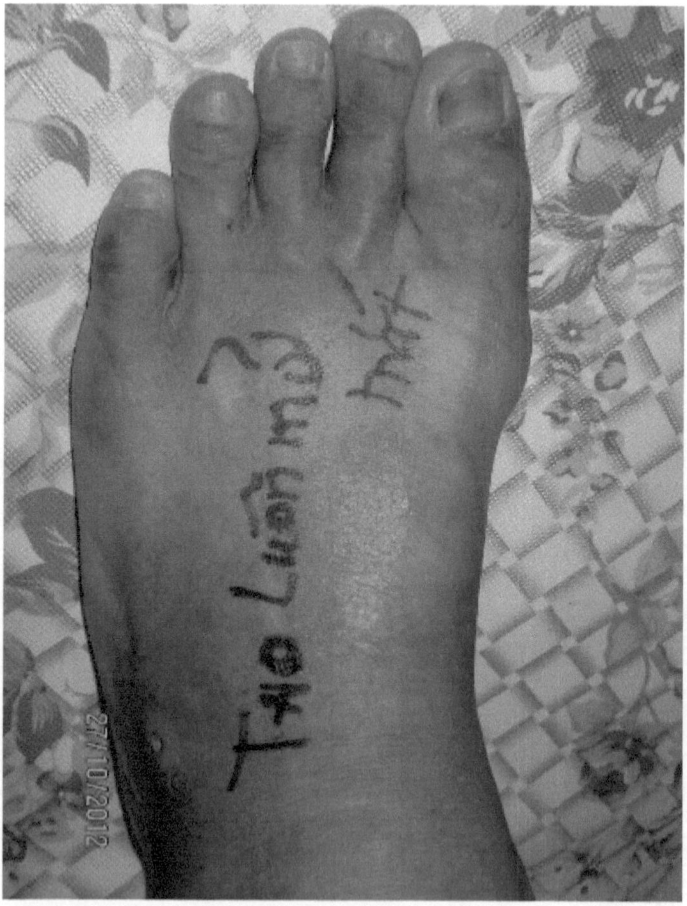

TAO LUÔN MỞ MẮT

không có lối thoát nào khác hơn
uống rượu một mình
nói chuyện với cục đá xanh nhặt được trên đường về
kết quả tìm thấy cảm tưởng
khắc khoải, hoài nghi, chóng mặt, nôn mửa

mọi hy vọng viển vông đều là viển vông
con bò, con trâu, con chó, con heo...
lũ chúng nó đang khẳng định giá trị vũ lực
và hành động trấn áp coi như là sự kiện duy nhất để
giáo hoá con người?
nhất định tao không phải là thằng người lắp bắp
ngô nghê, một thằng nhà thơ đói rách kéo lê mảnh hình hài
chạy theo sau lũ súc sinh vọng tưởng điên rồ

tội ác đang hành hình những cái tra vấn chưa từng biết
qua âm thanh hỗn tạp làm sao hiểu được là một mệnh đề
người ta chỉ thấy sự man rợ cõng tương lai đang đi
không thể biết được đang đi về đâu

bít lỗ trống hiện thực là một nghệ thuật tuyệt chiêu
tất cả sự ước lệ đều giả tạo
những thành phố hình tượng khuôn mẫu khôi hài
đã hình thành và đang sụp đổ hiện ra vẻ
ngẫu hứng xuẩn ngốc

biết rồi, biết rồi, tao quá biết rồi!
tao đang ngửa cổ uống hết thứ ngôn ngữ tự do
nó là dưỡng chất bùng cháy như ngọn lửa rơm
đốt cháy mọi ý tưởng thành tro tàn
nhưng có ai ngờ tao đã chết nhưng trái tim còn đập
tao luôn mở mắt dưới những bàn chân...
hiện tại không có người chết
chỉ thấy những đám tang
mặt trời sáng cho tất cả mọi người
hay mặt trời sáng dưới huyệt mộ?

Khaly Chàm

thơ
HOÀNG XUÂN SƠN

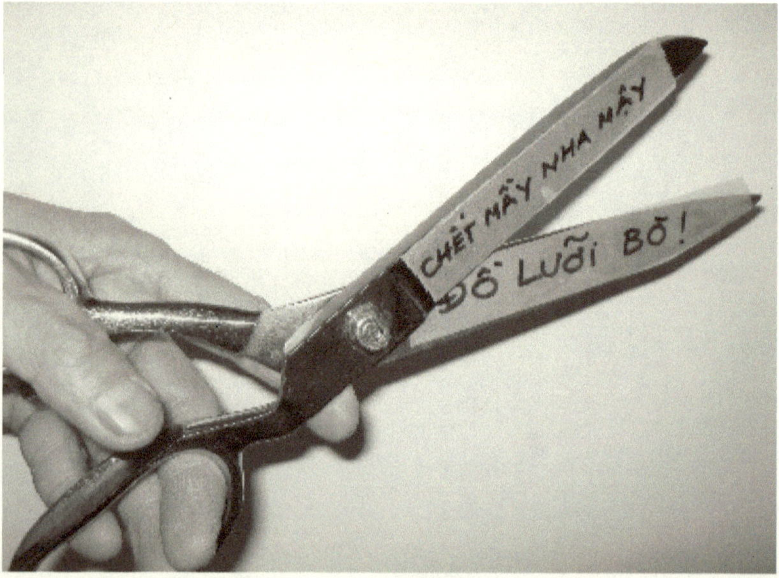

HOAN CHÂU

manh động vào trong tâm áo
chợt xủ ra một hồng đào
dấm xủ.   ghêghê   là
chi bằng ao ta
trần vai ở lời
vẫn hằng xanh như mặt biển
núm đen dáng.   duyên
chiều luyện kim trên mỏ giác
lưỡi bò phì phò
bố khỉ mồ hôi tả pín lù
lùa gỗ lũ di san
con thòi lòi nhảy đựng phương bắc
tụt xuống chiếc quần lãnh đen
phường yếm trá

tri tri. bất tri chi
đào mồ chôn lũ hán[g] tự
kệ mạc ngôn
sử mặc ngôn
tao đây này
khi xưa cắp nách con học trò
nhồi đầu vào lỗ ký.   thâm sự
không lốt ra. trồi   rặn
ngươinguơi   ơi
cắt rỏ tiết mào gà
xối đầu bí tích thần mã
cho mày uống nước thần đồng
nhongnhong lá bồ đề
ân cứu rỗi

bỏ phiến trầu vào cối giã giập
đỏ bập dòng mỵ hoan
châu xưa

Hoàng Xuân Sơn

thơ
VÕ CHÂN CỬU

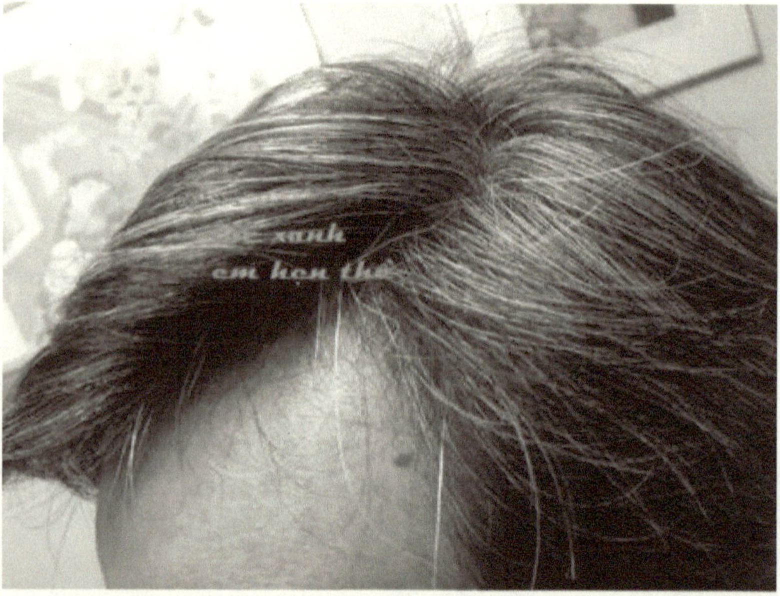

SAO EM ĐÒI TỰ DO

Sao em đòi tự do
Chỉ cho một phần thân thể
Tự do như khí trời
Suốt ngày ta hít thở

Câu thơ như tuyên ngôn
Ai làm chi mặc kệ

Câu thơ như lá vàng
Thu về rơi rất nhẹ
Đêm hoang
Lời thơ dường vô nghĩa
Trăng tan
Kìa ai
Nhấn cung đàn
Mênh mang

Sao em đòi tự do
Cho một đời quạnh quẽ
Đôi chân em
Rất khẽ
Đôi mắt em
Ứa lệ
Sao đành
Thôi thì
Em quên anh

Tự do như bóng chiều
Ụp vào khung cửa sổ
Lối xưa
Đi đi em
Tự do như phím đàn
Ôi mắt em đẫm lệ
Thiên thu
Ta biết lấy chỗ nào
Của một phần thân thể
Im ru

Tự do ơi tự do
Như ngôi lời
Vô nghĩa
Tóc xanh em hẹn thề
Tìm thấy ta lần nữa
Rơi
Tự do

Võ Chân Cửu

thơ
ÂU THỊ PHỤC AN

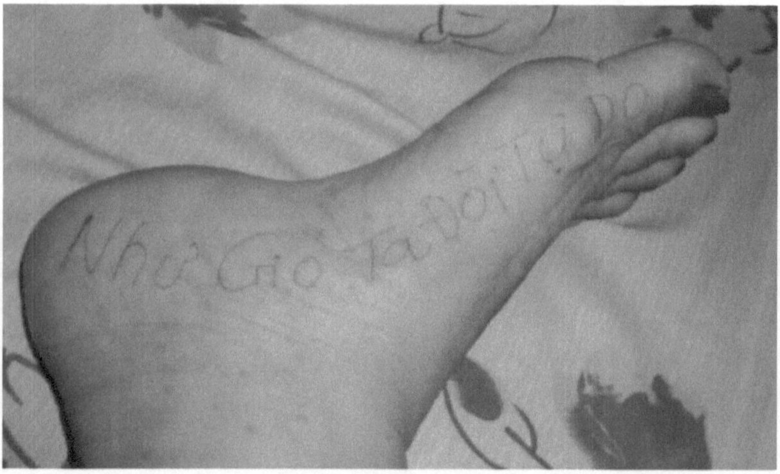

TÔI TÌM KHÔNG RA MỘT CHỖ TRÚ

Rõ ràng tôi cân nặng 60 kí lô
Tôi không tật nguyền
Nghĩa là
Hình hài tôi tạm gọi là không có gì khiếm khuyết
Kể ra thì tôi cũng hãnh diện vì nó
Tôi cũng xin nói rõ
Tôi là một Con Người
Để không ai nhầm lẫn
Với một loại con-người-khác, kiêm súc-vật

Tâm hồn tôi nguyên vẹn từ khi mới sinh ra cho đến bây giờ
Dẫu có phen tôi chết lên chết xuống vì đói
Dẫu nhiều khi tôi muốn bán quách xác thân nầy
Nếu có ai mua
Và xin
Cắt tôi ra làm nhiều mảnh để dễ dàng mang đi về miền tự do
Hoặc là thiêu đốt tôi ra tro
Mà thả xuôi theo ngọn gió
Ngọn gió thênh thang nhất mà tôi mong đợi...
Nó sẽ cuốn trôi tất cả những gì xấu, ác...
Nó sẽ...
Nó sẽ...

Ai cũng biết tên của nó mà...

Âu Thị Phục An

thơ
TRẦN TIẾN DŨNG

Sống và viết cho tự do và sáng tạo của chính mình
(Trần Tiến Dũng)

THÁNG TƯ SÀI GÒN/ TA ĐẶT TÊN BÀI THƠ LÀ BÉ CÂY

Ta quen nhà thơ, hắn đọc ta nghe bài thơ của hắn. Bài thơ làm ta vui, bài thơ như que kem nở miệng cười tươi mát trong ngực ta, niềm vui ta được tặng thiệt là hiếm bởi thơ ngày nay chẳng biết cười.

Hắn không đồng ý ta đặt tên khác cho bài thơ. Nhưng vì ta yêu niềm vui của ta nên bất cần.

Ta gọi bài thơ là Bé Cây. Bài thơ đúng là một cái cây nhỏ xíu. Ta thích so chiều cao của Bé Cây với cọng cỏ lúc nào cũng treo niềm vui lên cao.

Nhưng cọng cỏ trách ta: "Sao ông đặt tên kỳ vậy? Một cái tên không biểu cảm , ông thật kém cỏi."

Ừ, ta chỉ gọi khơi khơi vậy đó. Một lần nữa ta lặp lại: Bé Cây.

Đừng nhìn thấy Bé Cây trên trang giấy hay trên đất. Nếu đời sống này còn chỗ cho trí tưởng tượng hãy nhìn thấy Bé Cây trên những nụ nắng vàng, những bông gió và cả bầu trời kem dừa rưới sôcôla.

Xin lỗi! Ta không lấy Bé Cây khỏi tay anh đâu hỡi nhà thơ. Chúng ta đều trải qua kiếp nạn bị đè bẹp bởi biến cố tháng Tư đốt đen cuộc đời. Chúng ta từng bị chế độ dối trá đạp sau lưng để chính mình cũng giẫm đạp tình yêu thơ ngây. Chúng ta xé trí tưởng tượng để có miếng ăn, và bôi trét sự dơ lên cái đẹp như xé một miếng giấy chùi hai cái miệng sau khi ăn và sau khi xong việc ở nhà vệ sinh.

Đi cùng ta nhà thơ ơi, đi theo những hạt nắng, những bông gió. Ta dịu dàng, anh dịu dàng, hãy dịu dàng để Bé Cây luôn động đậy nụ cười. Không có nụ cười nào vén mở bằng nụ cười Bé Cây. Vén mở để lật qua những tầng cảm xúc của anh, của ta và của những ai cần lật qua để làm mới mình như cách một cuốn sách làm mới người đọc.

Đi cùng ta, đừng để Bé Cây chịu lạnh, đừng để những con mọt sách và bọn kiểm duyệt của chế độ độc tài sinh sôi quanh Bé Cây, đừng để những làn nước đỏ của thảm hoạ chủ nghĩa cộng sản thấm quanh Bé Cây, đừng để thứ giọng ì ầm dối trá của bọn lãnh tụ làm ồn thêm nữa.

Tôi gọi Bé Cây vang dội, hãy lên tiếng cùng tôi bởi đó là cách làm bài thơ rực lên với ánh sáng tự do.

Ta gọi tên Bé Cây, niềm vui từng cơn xuyên thấu.

SG

Trần Tiến Dũng

Trương Phượng

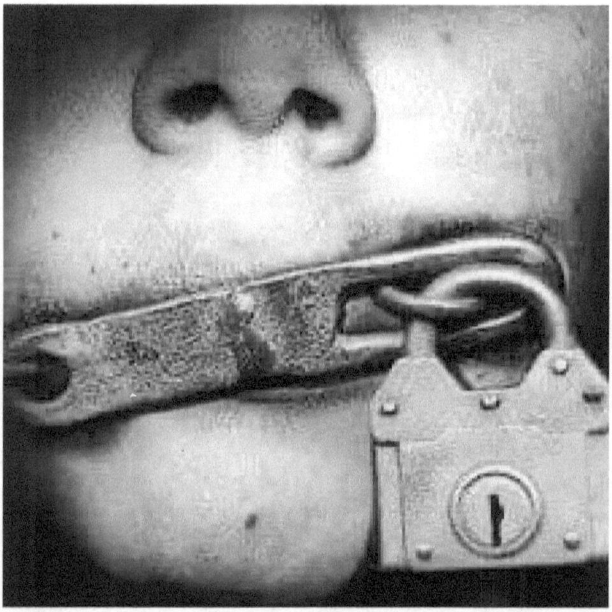

Tôi không thể nào bơi qua hàng gai thép: tự do
(Trương Phượng)

TRONG THẾ GIỚI CỦA CHÚNG TA HÔM NAY

1.
phải lựa chọn thôi, sự thật và cái chết
vinh quang và dối lừa

dù có lúc
tôi đã thầm tự nghĩ
tôi sẽ đi theo con đường của riêng mình

thế nhưng
bóng tối quá dày
sự vô cảm của đám đông quá lớn
tôi không thể nào bơi qua hàng gai thép : tự do

2.

quê hương đã đựng đầy trong tâm trí của tôi
sự im lặng và bóng ma đồng lõa
phải lựa chọn thôi
bạn biết đấy
giữa đòn roi và nụ cười giả tạo
bình minh và máu

tôi không có quyền lựa chọn
giữa mùi hương của yêu thương
và chất thải của cay đắng

tất cả chỉ được trao một quyền duy nhất
:
tụng ca khổ đau
căm ghét hòa bình.

LANG THANG QUA HỒN ÁO CŨ

ngày tháng chết mùi thơm
rưng rưng tiếng khóc mồ hôi

bờ vai lạnh buốt má nhân tình
bàn tay xót xa hương tóc

những đêm vắng gió về ngang cửa nhỏ
hỏi thăm đóa hoa tàn
nấm mồ trang thư.

Trương Phượng

Nguyễn Tấn Cứ

Tuổi trẻ hoang vu trên từng cây số (Nguyễn Tấn Cứ)

XỨ SỞ CỦA BỌN NGƯỜI GIÀ

Có trẻ nữa đâu mà đòi làm người lớn
Không còn thơ mộng nữa đâu
Đừng cưa sừng làm nghé
Đừng như bọn xù lông trong xó tối cuộc đời
Bọn gầm gừ sặc sừ trơ xương trong gầy yếu
Không chịu nằm yên trong hang ổ muộn phiền

Xứ sở của bọn người trẻ buồn hiu
" đủ đầy không biết sống vì điều gì "
Chúng nói gì cũng bị mấy thằng già khó chịu
Chúng cô đơn cũng bị cho làm dáng
Chúng giàu sang nên không biết mộng nghèo

Xứ sở gì không khác những con mèo
Người già trụi trơ thanh niên xanh mướt
Tuổi trẻ hoang vu trên từng cây số
Chúng nẹt pô rồ ga chạy tới thiên đàng

Xứ sở gì mà chỉ thấy quy hàng
Mặt trận nầy mặt trận kia
Kháng chiến nầy kháng chiến kia
Từ nam chí Bắc
Trên sân vận động rập rờn showbiz
Tuổi trẻ khóc cười hôn chân thần tượng
Đất nước thì không còn ai
ngoài mấy thằng già văn chương hết date
Chỉ có răng nanh cắm ngập tâm hồn

Nên kệ tía má mấy ông già mua like tội nghiệp
Bọn klos Facebooker ngàn like ảo vọng
Bọn trẻ thì vẫn cô đơn
trong xứ sở ngàn năm trăm năm lừa trên dối dưới
Mấy thằng già bonsevi
thì càng lỏng le vì một đời cách mạng
Đừng có hú hí mê man khi lịch sử đã phai tàn

Nguyễn Tấn Cứ

MỤC LỤC

Nhân Ảnh
2026

Liên lạc Nhà xuất bản
han.le3359@gmail.com
(408) 722-5626

www.ingramcontent.com/pod-product-compliance
Lightning Source LLC
LaVergne TN
LVHW090232051026
849517LV00001B/274